"Wala akong hilig sa pagbabasa noon at katulad ng karamihan, nag-umpisa ako sa kalakaran ng droga nila Noel sa McArthur ni Bob Ong, nasundan ng kaululan ni Tony De Guzman sa Mondomanila ni Norman Wilwayco, nitong tumanda-tanda na, sinamahan sa pangungulila si Julio Madiaga sa Mga Kuko ng Liwanag ni Edgardo M. Reyes, at ngayo'y nasa edad ng pag-aasawa na, nahimok pa rin akong pumasyal sa isang nobela, sa masangsang at mapanghing Dreamland ni Rey Ventura sa Bangin ni Ronaldo Vivo Jr. Sa ating mga mamamayan ng isang malakonyal at malapiyudal na bansa, mainam na ipaalala ang salimuot at trahedya sa ating mga ulo sa araw-araw. At nawa'y sama-samang bumaka at umalpas. Katulad ng mga nabanggit na manunulat sa itaas, si Vivo ay nagsusulat para sa mga lumimot at ayaw magbasa."

—*Deepweb Dumaguete*
Filipino Meme Legend

"Vivo's specialty lies in his obsessive plotting and his ability to carry it out well. He gives his characters almost-equal importance, then slowly rearranges their stories to present a micro-universe that will serve as their main battleground and melting pot, its many segments frolicking in different voices, personas, and angles, all while still coalescing and making sense in the end."

—RM Topacio-Aplaon
Novelist

"His pacing and plot twists are like a high intensity car chase turning on narrow alleys. Here, his ear for underground language takes us past street level into the sunless bowels of graffitied walls and rat-infested corners. Vivo's novels depict a Metro Manila in the claws of both neon and darkness—that have either become too romanticized or given an exaggerated makeover for poverty porn purposes in film and literature."

—Karl De Mesa
Award winning writer/journalist

You are about to enter a world not too different from your own. A world where corruption is the way, the truth, and the life. Where every decision is affected by self-serving choices borne out of the need to survive and where Darwinist tendencies are only conquered by the bonds of kinship. If this is not your world, then this unapologetic tale, this distillation of early 21st century urbanity, will be your guide into it.

This crime thriller you hold in your hands will shove you face first, chapter by chapter, through the underbelly of a fascinating facet of Philippine society. Bear witness to how the democratization of technology makes high tech available to lowlifes. Feel the crushing weight of being governed by monsters busy satisfying their greed at the expense of so many others, often with tragic results. Behold with great trepidation how the average person could theoretically use this same technology to obtain some measure of justice for himself. Theoretically.

After immersing yourself in this transgressive tale, one could conclude that there are no saints in the author's world and if there were, they would be most deserving of all the pity we could muster. Another thing one could also conclude, if one were so inclined to, is that this novel is a testament to a broken system and is a challenge posed by the author to the reader's humanity.

Ronaldo Vivo Jr. has already identified the tumor that plagues us. It is up to us to cut that tumor out.

—*Mark Frederick Bulandus*
Protagonist Books

ANG BANGIN SA ILALIM NG ATING MGA PAA

RONALDO VIVO JR.

avenida

This edition published in December 2022
First published in the Philippines in 2021 by UngazPress

ANG BANGIN SA ILALIM NG ATING MGA PAA
Copyright © 2021 by Ronaldo Vivo Jr.

Cover illustration and design by Shopping Libertad
studioshoppinglibertad@gmail.com

Published by:

19th Avenida Publishing House
Imus City, Cavite
myavenida.com
avenidabooks@gmail.com
avenida f 🎦 🐦 /myavenidaph

ISBN 978-621-8264-17-5

First printed in December 2022

3   5   7   9   10   8   6   4   2

MGA NILALAMAN

PAUNANG SALITA

MAY sampung taon na yata ang nakaraan nang minsang hinanap ni Vim Nadera sa isang usapan kung ano na ang nangyayari sa panitikan ng Pilipinas. Ang committed writing daw ay kumitid na yata kaya nangangaunti. Biro iyon, at hindi na rin naman pinag-uusapan ang katapat nitong art for art's sake na nawala na rin sa eksena. Ang malinaw ay ang tanong sa kung ano na nga ang nangyayari sa panitikan, partikular sa nobela sa kasalukuyan. Ang panitikang politikal ay lagi namang nasa laylayan, kahit pa sabihing ang hindi pagkibo ay pagpanig rin, kaya masasabing ang lahat nama'y politikal dahil sa ang tao'y isang hayop na politikal. Kung ang pagsusulat ay isang trabaho, at komitado pa ito, malamang sa malamang ay walang makikitang pagkain sa mesa. Ang panulat na nakabubuhay nang maayos ay malamang na yung pang entertainment. Kung gaano karami ang namumroblema, ganoon din karami ang dapat libangin. Kaya nga ang panitikan bilang entertainment ay isang malaking industriyang pangkultura. May dalawang klase ng panitikan. Isang sabi ng isip at isang sabi ng bulsa.

Panapanahong naiiba ang timpla ng panitikan. Sapagkat lagi namang nag-iiba ang panahon. Naiiba ang mga pamantayan, kasi'y may ibang hinahalungkat ang manunulat ng bawat panahon, pero ano't ano man iyon ay palagi pa rin bahagi ang panulat ng kanyang panahon. Kontemporaryo lagi ang concern kahit pa iyon historikal o sci fi. Kontemporaryo ang pinaghahanguan ng kaisipan, yun nga lang, may mas matalas at advance ang nakikita at may mga laging nasa hulihan na nag-aabang sa kung alin ang susundan. Trailblazer ang nasa unahan kasi'y sila ang nagpapasimula, sila ang ulo, ang nasa dulo'y naghahahanap lamang ng susundan, mas malamang kung ano ang pagkakakitaan. Ang mga influencer, vlogger, content writer ay may mga manunulat din, sila ang halimbawa ng ikalawa, gamit nila'y bisa ng teknolohiya.

Kung ang panulat ay representasyon ng karanasan at interpretasyon ng realidad, dito natin hanapin kung nasaan na ang kontemporaryong pagsusulat. Tignan natin sa mga nagbabagong karanasan sa pagbabagong tunggalian ng mga puwersa sa lipunan. Maraming panulat ang bunga ng mga piniling adbokasiya. Halimbawa, nang magkaroon ng climate change, nagkaroon na rin ng climate fiction. Mga sigwa, lindol at pagguho ng lupa ang laman nito. Ang sinisisi ay ang kalikasan. Halimbawa, bundok ang may kasalanan kung bakit may pagguho, na tumabon sa mga bahayan. Umapaw na ilog naman ang may kasalanan kung bakit may mga nalunod o may nagibang pader. Mas madali kasing sisihin ang kalikasan at hindi naman ito makakakibo. Noong may cold war, batuhan sa kung sino ang mali at may kasalanan. Ngayong globalisado na ang mundo, hindi naman sinisisi ni pinagbabawalan ang mga kompanya ng mina at mga loggers, ligal man o hindi. Pinag-uusapan lamang ang problema kung may sakuna na. Kaya ang tugon sa problema'y kung may sapat bang noodles at food pack para sa biktima. Ulit ulit lang ang ganitong solusyon sa isang panghabambuhay ng problema na dapat lutasin ngayon at hindi sa hinaharap kung mas malala na ang problema. Sa baha'y sinisisi rin ang mga squatter na nakakaharang daw sa tubig na dinadaluyan ng mga ilog at estero. Basta walang kasalanang ang mga naka-isip ng trade deregulation, privatization at liberalisasyon, mga terminong ang dulo lang ay pagkakitaan ang puwedeng pagkakitaan.

Noong 1986, ang laki ng pag-asa sa pagbabago. Napatalsik ng EDSA 1 ang isang diktador. Pagbabago ang naasahan, pangarap na kaunlaran para sa lahat, pagkakapantay-pantay. Hanggang ang lahat ng pinatalsik ay mga nakabalik na, hanggang ang pag-unlad na inaasam ng mahihirap, ay naging asam pa rin. O mas tamang sabihing wala naman talagang nangyayari. Ika nga ng paborito kong kasabihan, lumalaon bumubuti, sumasama kaysa dati. Buti pa ang mga istambay, hindi na kinakain ang naisuka na. Sa Pinas, nakabalik nang lahat ang isinuka. Dahil wala namang nangyari raw sa EDSA, e di ibalik ang panahon bago ang EDSA. Burahin ng kalburo ang kayang takpan, na parang sa isang maruming pader lamang, para magmukhang malinis. Guluhin ang usapan sa gamit ng mga fake news, misinformation o disinformation. Doon bubuuin ang unity, ikunsulta kung paano sa Cambridge Analytica. Ibigay ang gusto ng nakararami.

Walang politikong umamin ng pagkakamali. Sa suma nilang lahat ay umuunlad naman ang ekonomya ng Pilipinas. Lahat din sila'y nangako ng peace and order at nagsipagsumite ng deadline sa insurgensiya. Totoo namang may yumayaman. Totoo namang mas lumalaki ang mga tv, nagiging high tech ang mga gadget at dumarami rin ang mga condominium at mga malls. Kaya lang sa gilid-gilid ng kaunlaran ay naririyan naman ang mga ikinukubling pamayanan. Kapag may ilang naging super yaman, ang daming latak na naiiwan. Parang paghahanap sa ginto, na kay daming gigibain para lamang sa kapirasong butil. Sila ang hindi mga kasama sa bilang kahit napakarami na nila. Sila ang mga urban poor. Sa pagsulong ng bansa, may mga yayaman naman talaga, ilang porsyento lang sila, pero ang mas nakararami ay natataboy sa laylayan. Dito rin matatagpuan ang mga latak ng lipunan o ang mga lumpen, o ang mga anti social. Masasama sa madaling salita. Dahil sa masasama, sa kanila ibinibintang. Dito nangyayari ang tokhang. May mga pinapatay, pero wala namang kriminal. Sila-sila rin lang daw ang nagpapatayan. Ang lahat ng krimen na ang katapat ay hanap-buhay. Holdaper, isnatcher, tulak, prostitusyon, akyat-bahay, kahit ano pa, bata pagkakakitaan. Pero hindi ang malaking krimen, ang mas malala ay ang pagtanggap na normal lang ang lahat ng karahasang ito. Isang anyo ng structural violence, ang kawawa'y kayang tanggaping normal ang pagiging kawawa. Urban poor writing ang tawag sa pumapaksa sa realidad na ito.

At dahil nagkakaletse-letse ang panahon, kaya naglabasan ang manunulat na dystopia. At dahil naman sa mantra ng I, me and my-self na tutok ng neo liberal na konsepto ng tao, nagkakaroon ng mga baryasyon sa pagteteorya sa kalayaan ng kaakuhan ng bawat isa (gen-der). Merong ang mahalaga lang ay basta sex ko lang, meron naman gustong baligtarin ang sistema para palitan ang nasa ibabaw. Mabuti naman at mayroon ding naggigiit ng pagkakapantay-pantay sa mga karapatan maging ano man ang kasarian, lalu na sa pagsusulong sa karapatan ng maliliit sa laylayan. At kapag labas sa kinagisnang pa-mantayan sa pagkukuwento, puwede itong tawaging ispekulatibong fiksyon.

At ang lahat ng ito'y ipinatatanggap sa atin na bahagi na ng new normal, may pandemya man o wala. Ang Pilipinas ay isa sa may pinakamahabang baybayin sa buong mundo, pero umaangkat ng asin. Nasa ikatlong daigdig, na ang pangunahing kabuhaya'y agrikul-tura, kaya marami pa ring bukirin pero gahol sa bigas, asukal, manok at baboy, gatas, prutas, gulay at kung ano-ano pa. Walang gustong maging magsasaka, at ang kabukira'y naging sudivision na, golf course, memorial garden at shopping mall.

At bawal ang nagsasabi ng totoo. Ang balita ay galing sa tiktok. Ang public opinion ay sa troll farm, ang hindi kasali ay binabadoy. Nagkakaroon ng katahimikan, dahil maraming namamatay at marami rin ang natatakot. Suma total, ito ang backdrop ng ating panahon. Kaya naman ang paglabas ng isa pang genre ng pagnono-bela, ang crime fiction. Kakaunti lamang ang nagsusulat nito. Ipina-patay ang Tatay ni Ibarra sa *Noli* ni Rizal, kaya sa dulo'y naghiganti ang anak. Ginahasa si Saling ng panginoong may lupa, na apo ni *Tata Selo* ni Rogelio Sicat. Si Julio Madaiga sa *Kuko ng Liwanag* ni Edgardo Reyes ay kinailangang patayin si Ah Teck para maipaghi-ganti ang kasintahang si Ligaya Paraiso. Bukid ang lamang sensibili-dad ng mga nasabing kuwento. Wala pa ang konsepto ng urbanisas-yon sa mga nasabing akda.

Ang mga ito ang prototype ng crime fiction na sinusundan ni Ronaldo Vivo, Jr. sa ikalawa niyang nobela, ang *Ang Bangin sa Ilalim ng Ating mga Paa*. Ang setting nito'y ang cross section ng maraming looban ng Kamaynilaan, malayo ito sa *Mga Kuwento sa Looban* ni Pedro Dandan, ang *Canal de la Reina* ni Liwayway Arceo o ang *Tundo man may Langit din* ni Andres Cristobal Cruz. Hindi na rin ito ang *Colon* ni Rogelio Braga, at ang *Omnibus* ni Rhod Nuncio na mga naunang crime fiction na sinundan ni Vivo.

Ang kay Vivo ay malapit-lapit sa *Topograpia ng Lumbay* ni RM Topacio at ang *Andrea* ni Rom Factolerin. Napakalagim ng mundong ginagalawan ng mga tauhan sa mga akdang ito, kapansin-pansin rin na ang mga biktima ng child abuse, isang psychological na trahedya ay nauuwi sa krimen. Sino ang biktima, sino ang nambibiktima sa kriminal na biktima rin lamang? At ang kay Vivo ang pinakamarahas, ang dehumanisasyon, ang pambibiktima ng tao sa kapuwa. Noir/black ang tawag sa ganitong klase ng nobela, marahas, madilim, kakilakilabot. Kung sa panahon ni Imelda Marcos ay naghahanap ng the truth, the good and the beautiful sa sining, na ang ibig sabihin lang ay huwag kukontra sa mga programa ng administrasyong Marcos, Sr. tulad ng Land reform, green revolution, family planning, etc. etc. na ang talagang panawaga'y mag-produce ng mga akdang may redeaming social value na ang katapat sa Liwayway mga kuwentong pampamilya at pag-iibigang wagas. Kung ang sa socially conscious na akda nama'y naghahanap ng malawakang pagbabago sa lipunan at pagpapalaya sa kamalayan ng maliliit, ang kay Vivo ay ang pagpapaliwanag sa madilim na mundong kinasadlakan ng mga lumpen, ng mga latak ng lipunan, ng mga naiiwan sa pag-unlad ng ekonomiya. Squatter ang mas popular na bansag sa kanila.

Hindi dumating ang inaasahang pagbabago tulad ng nilalaman ng committed na panulat at ng magic realism ng latin America, kung saan kasabay ng pagdidiskurso ng kanilang pangkulturang kaakuhan ay ang pagtuligsa sa imperyalista at diktadura. Nakatulong ang magical realism sa bersong Filipino sa pagbubuo ng identidad ng mga rehiyon sa anyo ng maraming retelling. At habang hinahalungkat ang mga katutubong pantastikong nilalang. Unti unti na palang nakabalik ang mga mga diktador at mga pasista, kasama ang mga suporter nilang mga oligarch. Ika nga'y business as usual. Namayagpag ang populist na kaisipan sa paglutas sa malawakang kahirapan. Kailangan ng disiplina gamit ng kamay na bakal. Kailangang may magsulsol ng dahas, pag-awayawayin ang maliliit ng sa ganoo'y mananatili silang tameme. Mahalaga ang pangako sa bisa ng retorika. Ang pag-asa ay pag-asa pa rin, baligtad nga lamang. Kahit corrupt basta nakakatulong sa mahirap puwede na. Lahat naman ay nagnanakaw. Patayin yan, patayin. Putang inang Diyos, putang inang papa putang inang mga pari. Patayin yan patayin yan. At namayani nga ang maraming patayang hindi maipaliwanag (ejk).

Ang pag-asa ay naging usaping pangkanya-kanya, bahala na si Batman. Ang naghahanap ng totong kalayaan, ang mga kritiko at oposisyon ay samasamang itinuturing na kaaway. Bawal kumontra, terorista ang hindi kakampi. Isasama ang mga journalist, abogado, estudyante, kahit sinong gumagamit ng isip. At sasambahin ang chorus ng troll at bloggers, doon sila bubuo ng bersyon ng demokrasyang balintuna, pagkakaisa.

Paano na ngayon magsusulat kung kay raming kaguluhan? Bawal magsalita. Bawal ding mag-isip? Bawal magsabi ng nakita at narinig? Isa iyon kung bakit may panulat, sapagkat ito ma'y nagsasalita rin. Paano ikukuwento ang mga paksang hindi ituturo sa iyo ng titser mo. Ni ng nanay mo at lalo na ng mga relihiyoso? Itinatakwil din ito ng gobyerno.

Lumalagapak (implosion) ang mga institusyon. Tumataas ang bilang ng krimen, ng korupsyon. Bakit may sumama? Ipinanganak na talagang masama? Magulang na inambisyong maging tulak o pokpok ang anak? Kay daming dapat analisahin, dapat na itala.

Sapagkat ang pagsusulat ay pagtatala rin. May tokhang, maraming namamatay, pero mukhang wala namang talagang kriminal. Sila-silang mga addict pusher daw ang nagpapatayan. May tokhang, may palit ulo, may prostitusyon.

May mag-among ang mga anak ay biktima ng palit ulo, katawagan sa mga nahuhuling palalayain basta't magturo ng ibang sangkot sa droga. May magkaibigan parehong naging biktima ng karahasan. Batang biktima ng child abuse. Madilim ang lahat, noir/black. Paano ibabalik ulit ang usapan sa art for art sake o pagsusuring pormalista lamang? Wala na ring bisa ang pagiging transgresibo lamang ng isang panulat na nagtitesting kung hanggang saan ito papayagan ng istablisyimento.

Lalabas ang akdang ito sa kinagawiang pananaw ng mga middle class na manunulat na produkto ng akademya. Lalagpas din ito sa pananaw ng isang kristiyano na laging may nakikitang langit at pag-asa sa dulo. Sa akdang ito, ang tinalakay lamang ay ang kasamaan ng mga lumpen. May *Bangin sa Ilalim ng Ating mga Paa*, nagbabadya ang mas malaking paglagapak, ang mabubuti na nagiging biktima ay sasama na rin. Madiliim na madilim ang mga tala, sapagkat ang pan-ulat ay repleksyon din lamang ng realidad. Ang realidad na hindi nakikita, kasi'y itinatangi o itinatago. Ang nakikita'y nararamdaman din at doon nagaganap ang pagbuo ng pang-unawa. Sa isang artist, ang magulong paligid ay nalalagyan ng rhyme and reason. Ito ang kontribusyon ng akdang ito sa kasalukuyang interpretasyon ng realidad ng bansa. Nakakatakot. Sabi nga ni Dan Brown, nasa Maynila ang pintuan ng impyerno.

Jun Cruz Reyes
Writer, Painter, Literary Scholar and Professor

Para kay Juambai Famador at Olivia Himig.
Kina Nihl, Gabriel, Isabelle at Alonzo.

At sa mga alaala nina Panfilo Diego Famador Jr.
at Francisca Oreto Soledad

1
VENTURA HARDWARE

MATAPOS *bar'han ang pinto ng kuwarto sa labas gamit ang ilang tablang pinagpatong-patong, iniwan ko ang martilyong mantsado ng sariwang dugo sa sahig sa labas mismo ng kuwarto. Sisibat na lang ako nang mapansin kong kumikisi pa ang walang-hiya. Halos mabura ang mukha nito sa dami ng tinamong palo ng martilyo. Nagsubo ako ng pula't nagsindi. At mataman ko siyang minasdan habang patuloy ang pagkapit sa hininga. Bumubula ang bibig niya. Pulang-pula. Ang tindi ng kapit nito sa buhay niya. Ayaw bumitiw. Sa pagkisay-kisay niya, alam kong hinahabol niyang maigi ang kanyang hininga, ang buhay.*

Ilang saglit pa, naramdaman ko ang pag-vibrate ng cell phone ko sa likurang bulsa ng pantalon. Check ng text, check ng chat. Si Benjo. May ilang minuto na lang para lisanin ang lugar na 'to. Sindi pa ulit ng pula. Malalim ang mga unang hitit ko sa bagong sinding yosi. Ibinuga ko ang hugis ng sama ng loob at pagod. Mahaba't makapal na usok. Humihinga pa rin siya. Lumapit ako sa kanya. Ilang hitit-buga pa'y napunggok na ang sigarilyo ko. Pinatay ko iyon sa mukha niya at saka ko bigla'y binagsakan siya ng tadyak. Sa wasak na mukha. Idiniin ko ang pagkaapak sa mukha niya. Nasa pagmumukha niya ngayon ang lahat ng bigat ng kalooban ko. Light ang Timberland Earthkeeper boots, pero solido ang suwelas. Para siyang isdang tinanggal sa tubig. Parang bulateng inas'nan. At sa pagitan ng mga pagtulo ng luha ko, nalagot na sa wakas ang kanyang hininga. Hinubad ko ang boots, sininop sa bag at nagpalit ng tsinelas saka dagling sumibat.

———

PAGDATING niya sa hardware, inabutan niyang kausap ng bantay na si Ato ang kontratistang si Romy. Magiliw itong bumati nang makita siya.

"Magandang umaga, Boss Rey!"

"Magandang umaga po, Mang Romy. Nagkape na kayo?" tugon ni Rey.

"Tapos na, boss. Hinintay lang kita makarating. E, ayaw pa ako resibuhan nitong bata mo, e," pabiro pero halatang sarkastiko ang hirit nito.

"E, Boss. Bilin kase—"

"Sige na, 'To. Kunin mo muna sa sasakyan yung mga pako para masalansan na dito," pakli ni Rey.

Mahigpit na bilin ni Rey sa mga tauhan niya, 'wag mangialam sa pagreresibo kapag nagpapadagdag ang mga bumibili. Ang siste kasi ng mga kontratista, magpapatong ng malaking halaga sa presyo ng materyales na tatapatan lang nila ng mga paresibo sa hardware. Sa gano'ng paraan, walang kahirap-hirap silang nakapagbubulsa ng pera habang paniwalang-paniwala ang mga amo nila sa presyo ng materyales na binibili nila. Walang problema si Rey doon. Nauunawaan niya ang hustle ng mga ito. Ang iniingatan niya, makipagsabwatan ang mga tao niya sa mga ito at pati siya ay dugasin pa. Kaya naman mahigpit niyang bilin, kung may gustong magparesibo, lagi't lagi ay hihintayin siyang dumating. Kung siya naman ay hindi makararating ay pabalikin na lamang ang nagpaparesibo.

Si Mang Romy ay suki ni Rey. Wala itong hirit na hindi pinagbigyan ni Rey. Kaya naman walang pagtatagal na niresibuhan ni Rey ang mga pamiling materyales nito. Dumukot si Mang Romy sa bulsahan ng polong uso noong 1993. Bungkos ng lilibuhin at tiglilimandaan. Bumilang ito ng lima't sabay abot kay Rey.

"Ay, boss, hinde na," pirming tanggi ni Rey.

"Ikaw naman, boss, wala ka nang tinanggap na abot ko. Magtatampo na ko sa 'yo niyan," kantiyaw nito.

"Ipameryenda mo na lang sa mga tauhan mo, Mang Romy."

Hindi na namilit pa si Mang Romy. Ibinalik nito ang pera sa bulsahan ng polo. Nagsubo ng pula, nagsindi.

"Salamat dito, boss! Ehh, basta kapag may kailangan ka, hindi kita mahihindian."

"No problem, Mang Romy," nakangiting tugon ni Rey habang nagsasalansan ng kahon-kahong pako't turnilyo.

Tumulak na sa tawid-kalsada si Mang Romy kung saan naka-hazard ang kanyang pick-up na pinagkargahan ng mga materyales na binili sa hardware ni Rey. Sumibat na ang kontratista.

"Walang kasingtuso 'yang si Romy, Boss. 'Buti hindi 'yan nahuhuli ng amo niya," hirit ng tila banas na tauhang si Ato.

"Yung mga bilin ko, ha? 'Di ko na sinilip yung mga ikinarga kay Mang Romy."

"Okay na yun, Boss. Puro mga bagong suplays na tayo sa Hardiflex at plywood. Yung mga luma ang ipinagkakarga namin dun kay Romy mandurugas."

"Good," tipid na tugon ni Rey. Dinukot nito sa likurang bulsa ng pantalon ang gusot na kaha ng Marlboro pula, inalok si Ato. Kumuha ng isa si Ato. Nagmamadali pang dumukot sa garter ng brip si Ato ng lighter para sindihan ang sigarilyo ng amo. At saka siya nagsindi ng sa kanya.

Umiikot ang usok ng yosi sa loob ng Ventura Hardware na walang iniwan sa itsura ng mga pinakamadudungis na hardware sa Metro Manila. Sa realidad ng isang kostumer, mala-gubat ang hawan ng isang hardware. Ang sala-salabit na mga gamit at suplays. Ang mga gamit na hindi nakaligtas sa mantsa ng grasa. Ang mga alikabuking sulok. Ang liwanag na palaging tinatalo ng dilim dahil sa kalikasan ng kulay at kawalang-kulay ng mga gamit at suplays na nakasampay, display at balandra sa mga estanteng walang pangalan. Mapagtatanto mo naman ang realidad ng isang bantay o may-ari ng hardware sa sandaling humanap o bumili ka ng item at kaya nila iyong ilapag sa ibabaw ng eskaparate sa loob ng ilang segundo lamang. Sumige sa pagsalansan ng mga bagong suplays ang dalawa.

"Boss, dumaan pala si Alison kanina. Pinapasabi, may tatapusin daw na prajek daw 'ata. Baka gabihin daw siya. "

Tango lamang ang itinugon ni Rey saka dagling umahon sa paglilipat ng mga gamit sa estante. Dinukot ang cell phone. FB Messenger. Scroll. Alison Ventura. Pindot.

Reynold Ventura
O bakit hindi ka nagsabi agad na gagabihin ka?
ke Ato ka pa nagbilin

Alison Marie Ventura
. . .
Biglaan po papa. May ipinasa-submit na paper sa socsci bukas na din agad. Sorry papa.

Reynold Ventura
Ok. Papasundo ka ba maya?

Alison Marie Ventura
. . .
Sabihan po kita maya papa

Reynold Ventura
Sige. I lpve you/.
*love

Alison Marie Ventura
Love you too pa <3

B E N J T V P A Z *is calling you...*
<u>*Answer*</u> *| Decline*
"O, Benj."–
"Sa'n ka?"
"Hardware, malamang."
"Mamayang mga 6-7, sa store ni Jun. Spot sila. Tara."
"Tignan ko."
"Tignan puta. Ano ba yun? Tara, sunduin kita."
"Hintay ko message ni Ali kung anong oras papasundo, e."
"E 'di samahan na kita magsundo sa inaanak ko, 'tapos rekta tayo kina Jun!"
"Chat kita mamaya, 'tol, kung anuman."
"Sige, sige."
"Okay, bye."

Sa paglikdaw ng oras, maya't maya ang silip ni Rey sa cell phone. Nag-aabang ng abiso ng anak kung magpapasundo ba ito. Pero puro pangungulit ni Benjo ang maya't maya lumilitaw sa inbox niya. Walang kasingbilis ang mga araw sa hardware. Walang patay na oras. Dire-diretso ang delivery ng mga materyales. Tuloy-tuloy ang punta ng mga tagalugar at karatig na bumibili ng tingi-tinging pako, turnilyo, bisagra, alambre, hook at kung ano-ano pa.

Parang inanod lamang ng kanal-siyudad ang oras at naglabas na ng dalawang umaasong kape si Ato. Ibig sabihin, pa-alas-kuwatro y medya na. Yosi-kape-ligpit.

"Kamusta ang kaso ni Alvin, 'to?" biglang usisa ni Rey.

"Boss, kung ako lang, ayoko na pag-aksayahan ng oras 'yan e, kaso si Misis."

Natigilan si Rey sa isinagot ni Ato. Pinunan niya ang sandaling patlang ng paghigop sa kape na sinundan ng malalim na hitit ng sigarilyo.

"Wala namang mangyayari d'yan, Boss. Kanino kami hihingi ng tulong?" iiling-iling na pagtutuloy ni Ato. "Hindi kami inaasikaso ng mga pulis. Laging tatawagan na lang daw. Napapanis na lang yung kaso." Nababasag na ang tinig nito.

Tatango-iiling lamang si Rey. Pansin niyang ipinapagpag ni Ato ang pangangatal ng bibig.

"Para ngang sa penikula ang istorya ng pulis, Boss, e." Nagtutubig na ang mga mata ni Ato. Upang pigilan ang pangangatal at panginginig ng baba, sunod-sunod ang hitit-buga nito, siyang hagod ni Rey sa likuran niya.

"Pasensiya na, Boss," anas ni Ato habang nagpapahid ng luha.

"Ikamusta mo ako kay Belen, ha. Hindi na nadadaan dito, e." Tumayo na si Rey at sinimulan na ang pagliligpit. Tumango lamang si Ato habang patuloy pa rin ang pagkusot sa mga mata.

Vibrate sa likurang bulsa ni Rey. Tumatawag si Benjo.

"Rey, pare, ano? Sa'n susunduin si Ali?" bungad ni Benjo.

"Kanina pa nga hindi nagme-message."

"Baka naman kasi may sariling gimik yung bata. Panay ka naman kasi sundo."

"Magpapaalam yun kung meron."

"Daanan kita d'yan sa hardware?"

"Kung p'wede lang kitang taguan, e."

"Tangina, hanep, taguan."

"Ingat sa kalsada."

"Thanks, thanks. 20 minutes, d'yan na 'ko."

"Daan kang Bensele, bili mo 'kong pula. Bayaran ko maya."

"Oks!"

Bumaling si Rey kay Ato. Batid niya ang labis na paghihinagpis nito gawa ng nangyari sa kaisa-isang anak na si Alvin.

"'To, iwan mo na 'yan. Ako na magliligpit niyan. Hintayin ko din naman si Benjo. Mauna ka na."

"Naku, Boss, konti na lang 'to! Mabilis lang ito. Relax ka na lang d'yan."

"Sigurado ka, ha?" sumenyas ng 'OK' si Ato.

Muling nag-vibrate ang cell phone ni Rey. FB message preview. Si Alison.

Alison Ventura
Pa, wag mo na ko sundo. Diretso uwi na lang ako agad. I love you.

Reynold Ventura
Ok. Ingat. Uwi agad. I love you too. Message or call mo ko pag nasa bahay ka na.

Alison Ventura
...
Ok pa

B E N J   T V P A Z *is calling you...*
Answer | *Decline*

———————

INABUTAN naming bumabangka si Monching sa mesa ng tropa. Kaya ayokong tumatambay dito sa store ni Jun dahil palaging nandito si Monching. Pinakawalang-kuwentang tao sa kasaysayan ng mga taong walang-kuwenta.

"Sabi ko sa 'yo, sasabihan mo ako kung tatambay 'yang gagong 'yan para 'di na ako sumama," bulong ko kay Benjo.

"'Wag mo na lang pansinin. Ano, papahasel mo tambay natin d'yan sa taong 'yan?"

Paglapit namin sa mesa ng tropa, s'yempre, ang kupal na si Monching ang sumalubong sa amin.

"O, and'yan na pala yung mag-sweetheart, e! Ha-ha-ha-ha-ha-ha!" Talagang sinundan niya ng malakas na tawa ang hirit niya para manlimos ng tawa sa mga tao sa mesa. Bukod-tangi siyang natawa sa sarili niyang hirit. Dumiretso kami ng umpog ng kamao sa mga tropa; sina Eli, Robert, Chris at Bal. Nilampasan namin ang tarantadong si Monching.

"Tagal n'yo, trapik ba?" tanong ni Bal.

"Nagligpit pa 'ko ng mga bagong supplies sa hardware, 'tol," sagot ko.

"Order pa tayo," anas ni Benjo.

"Rey, nung nakaraan naghatid ako ng pasahero doon sa bandang inyo, walang pagbabago lugar n'yo, p're, 'di pa rin nauubos mga adik," sabat ni Monching.

"O?" Wala akong kainte-interes makipag-usap sa tarantado.

Sinenyasan ni Benjo ang waiter. Mabilis itong tumulak papunta sa mesa namin.

"Boss Ben, sa inyo?"

"Dalawang bucket dito, p're. Red Horse, ha? Saka isang sisig," order ni Benjo.

"Dalawang bucket ng Red Horse, isang sisig. Ano pa, boss?"

"Pa-connect ako sa Bluetooth ng speaker."

"Copy, boss!"

Pagkadinig ko ng connected. Sinundan agad ng *Who Dat Boy* ni Tyler the Creator. Jam ng tropa, bukod s'yempre kay Monching na palaging hindi alam ng tropa kung sino ang nag-imbita.

"Bal, galing kang work?" pangungumusta ni Benjo.

"Oo, 'tol. Muntik pa akong 'di makalabas. Hassle. May pinaparush yung boss namin, e nagdahilan na lang ako na walang kasama ermats sa bahay, wala pang pagkain," tugon ni Bal sabay lagok ng malamig na malamig na beer.

"'Yan ang mahirap kapag may amo, wala kang laya. Hindi mo hawak oras mo, e. Kaya ako, naghabal na lang ako. Tignan n'yo, sa susunod na katapusan, bayad na 'tong NMAX ko," sabat na naman ni Tarantado.

Pamatay biglang katihimikan ang lagok sa serbesa, ang sunod-sunod na hitit-buga. Walang gusto kumatig sa kahit na anong lumalabas sa bunganga ng taong ito.

"Biruin n'yo, mga p're, anim-pitong biyahe sa maghapon, may isang libo mahigit na ako. E, magkano ang kita ng simpleng nag-oopisina sa isang araw? Talo pa ng habal." Sige ang bangka, sige ang laklak ng beer na kami ni Benjo ang magbabayad.

"Lupet talaga ng diskarte nito ni Monching, 'no?" ani Robert. Sa wakas, may isa nang nagdilig sa kahambugan ni Gago. "Hindi ba, nagpapataya ka rin ng NBA, ending?" tanong ni Robert.

"Oo, p're. Nagpapataya ako. Isa pa 'yang malaki ang kita. Mabilis pa."

"Ano'ng paborito mong team sa NBA, Ching?" singit ni Chris.

Sasagot na si Monching nang biglang humirit si Benjo ng, "Teka, hulaan ko."

"Ano?" interesado si Monching sa hula ni Benjo.

"Cleveland?" bitiw ni Benjo.

"Olats. Lakers ako poreber, boy!" balik ni Monching.

"Ahh, akala ko lang kase Cleveland. *Cleveland Habaliers.*" Nagkatinginan kami nina Chris, Robert at Eli. Kalahating segundo. At sumabog ang hagalpakan sa mesa. Lalo kaming natawa nang makita naming hindi natatawa si Benjo habang iiling-iling naman si Monching.

Palakas nang palakas ang kantiyawan habang kumakapal ang basyo sa mesa. Ang ashtray sa harapan ko, namumuwalan na. Kanina ko pa hinihintay ang chat ni Ali kung nasa bahay na ba siya. Mag-a-alas-nuwebe, nag-message ako kung nakauwi na ba siya. Walang sagot, ni hindi na-seen. At umalingawngaw na naman ang mababahong salita ni Monching sa tenga ko. Medyo nakarami na ito ng inom.

"Nakakatakot sa lugar n'yo, Rey. Walang pagbabago. Ayy, sa bagay. Karamihan naman doon, kamag-anak mo kaya 'di ka maaano," ayaw akong tigilan.

"Akala mo naman napaka-safe sa lugar n'yo, Ching. E, yung tabi nga ng bahay n'yo puwestuhan, 'di ba?" salo ni Benjo.

"Hindi na. Ang dami nang tinumba sa 'min. Puro adik at pusher, sunod-sunod na kinana. Rey, pare, doon nga nasakote yung anak nung tauhan mo, e. Kapitbahay ko lang 'yon, si ano, si Ato," pag-uungkat pa nito. "Dapat lang 'yon nang magtanda," gatong pa nito. Nagpanting na ang tenga ko.

"Sinasabi mo bang adik-pusher si Alvin?" tanong ko sa kanya.

"E, ano pa nga ba?"

"Sabihin nating gumagamit, tulak, tama para sa 'yo na patayin yung bata?" Sinisiko na ako ni Benjo. Pero dahil nakainom na rin ako, hindi na ako basta-basta maaawat.

"Bakit, ano'ng gusto mo, buhayin ang mga salot na adik?" Ang tingin ko kay Monching, mas may utak pa ang ipis.

"Alam mo bang tinanggalan ng lamanloob yung bata?"

"O, nabilog naman ni Ato ang ulo mo! Adik 'yang anak niya, surebol."

"Pinahirapan, pinatay yung bata. Wala lang sa 'yo?"

"Para magtanda! Ha-ha-ha-ha!" Nagpapatawa ang animal. At muli, siya lang ang tumatawa sa hirit niya.

"Teka, Rey, bakit ba parang nagtatanggol-tanggol ka ng adik? Para ka namang dilawan niyan, e!" Patagong sumisensyas ang mga tropa na huwag ko nang patulan. Siguro, napuna nilang medyo mapula na ang mukha ko at anumang oras, masasapok ko na ang pagmumukha ng putanginang gago na 'to.

Biglang pumasok ang kanta ng Siakol. Hindi ko alam ang pamagat, pero may lyrics na "simoy ng hangin," alam agad ng tropa na sounds iyon ni Monching. Kung may checklist ng starter pack ang mga tanginang bobong jologs na kupal, walang mintis itong si Monching.

Ilang basyo pa nga ang lumipas. Papunta na sa kalaliman ang gabi. Kailangan ko nang magpaalam. Sinamantala ko na habang nasa CR si Monching.

"Mga 'tol, mauna na muna 'ko. Walang kasama si Ali sa bahay." Sinabayan ko na ng ahon sa mesa. Bumaling ako kay Benjo, "Benjo, mauna na muna ako. Chat na lang." Gumanti lang ito ng thumbs up. Lasing na. Nagmamadali akong sumibat. Mabuti at maraming taxi sa tapat nitong joint ni Jun. Antimano, pagbaba ko, nakasakay agad ako. Check ng phone. Dead batt na. Siguro naman nasa bahay na si Ali.

Walang kalahating oras, nasa may sa 'min na ako. Kaigihan kapag bibiyahe pagtapos ng Metro Manila extended rush hour. Walang kalaban. Lumakad ako nang kaunti papasok sa 'min. Tanaw ko sa 'di-kalayuan, patay pa rin ang mga ilaw sa bahay. Sinilip ko ang relo ko, 11:48 p.m. Ni hindi inaabot ng alas-diyes sa labas si Ali. Nagmamadali kong sinuyod ang daan papasok ng compound. Naka-lock pa rin ang pinto ng bahay. Sa madaling sabi, wala pang dumadating na Ali dito. Pero inisip ko na lang, baka ini-lock lang niya dahil late na. Pasok sa loob. Bukas ng mga ilaw. Una kong sinipat ang sapatusan. Wala ang rubber shoes na gamit ni Ali. Pumanhik ako sa kuwarto para siguraduhin. Wala. Hindi pa rin umuuwi si Ali. Charge ng phone. Kapag ganitong nagmamadali kang magbukas ng telepono, lalong ang tagal magbukas kapag galing sa dead batt. Nagsindi ako ng sigarilyo, pampababa ng nerbiyos.

Baka masyado lang akong nag-iisip ng kung ano-ano. E, bakit naman ako hindi mag-iisip ng kung ano-ano? Disoras na. Ang anak ko ay babae. Ang tindi ng impluwensiya ng numero unong enabler ng rape sa bansa pagpasok ng 2016.

Nagbukas na ang phone. Ganitong nagmamadali kang magbukas ng kahit anong app, lalo kang hahaselin ng telepono mo. Gumagapang sa bagal ang putangina. Nakailang beses na akong exit ng tabs. Kung kailan ka nagmamadali, kung kailan ka natatataranta, talagang may paraan ang teknolohiya para dagdagan ang nararamdaman mong hindi maganda. Pokus. Hinintay kong magnormal ang takbo ng cell phone. Pindot sa Messenger. Loading. Okay, sige. Kalma. Hintay. Bumukas ang Messenger. Nasa tuktok ang message ni Benjo. Nag-send ng mga litrato. Litrato ni Monching na natutulog sa banyo na may kasunod na chat, 'tunay na habaliero.' Putangina, wala akong panahon sa mga ganitong kagaguhan ngayon. Pindot sa pangalan ni Ali.

Alison Ventura
Alison removed a message

Unsent message ang bumungad sa akin. Lalong umaapaw sa kaba ang dibdib ko. Sinubukan kong tawagan agad sa Messenger si Ali. Hindi makontak. Tumawag din ako sa cell number, patay ang telepono. Baka nag-sleepover sa classmate? Sa kasaysayan ng paggawa ng school project ni Ali, wala pang nangyayaring sleepover kahit pa dito sa bahay gawin. Hindi ako pumapayag. At hindi si Ali ang klase ng batang hindi marunong magsabi o magpaalam. Nakakaulol ang ganito. Sinilip ko ulit ang relo ko. 12:37 a.m. Binalikan ko ang unsent message para i-review ang oras.

Alison Ventura
Alison removed a message

Sent 10:38 p.m.
Unsent 11:20 p.m.

Ibig sabihin, sariwang-sariwa pa ang phone activity na ito. Pero hindi ko na makontak si Ali sa parehong Messenger at cell number niya. Kulang-kulang isang oras bago ni-remove ni Ali ang message base sa time review nitong Messenger. Magsasabi ba siya na hindi siya makauuwi dahil late na? 'Tapos nagbago ang isip niya at uuwi na lang siya kaya binura niya ang 10:38 p.m. na message niya? Mag-a-ala-una na ng madaling-araw. Ano'ng ibig sabihin nitong unsent message na 'to? Putangina talaga.

2
16-C ORKIDYA

PUMAILANLANG ang alulong ng asong sinagasaan ng itim na van. Matapos gulungan ng unahang gulong ay nakaladkad pa ito ng likuran at gumuhit sa kalsada ang sariwa nitong dugo. Naiwang kikisay-kisay sa gitna ng daan ang aso. Ang kaninang alulong ay napalitan ng putol-putol at mahihinang ungol. Ilang bloke lamang iyon sa guardhouse ng subdibisyon ngunit wala namang pakialam ang mga guwardiya sa pobreng aso lalo't nagpakilalang mga pulis ang sakay ng itim na van at wala na silang nagawa kundi patuluyin ito sa subdibisyon nang walang hinihinging kahit na anong ID. Sapat nang ibinalandra ng nagmamaneho ang kanyang tsapa at ang kargang armalite ng katabi nito.

Tumulak ang itim na van papasok ng subdibisyon. 16-C Orkidya ang address ng bahay sabi ng source. Dalawang kanto ang lumipas. Orkidya St. sabi ng karatula sa poste. Pumasok ang van sa street. Pagtapos ng limang bloke, naro'n ang 16-C, malaking bahay na may tatlong palapag. Dahil hindi kataasan ang gate, kita ang maespasyong hardin at garahe. Pumarada ang itim na van sa tapat ng bahay. Tatlong armadong lalaki ang bumaba ng van. Nakasumbrerong itim lahat. Naka-facemask. Nag-doorbell ang isa. Madaling lumabas ang kasambahay para tingnan kung sino ang bisita. Bahagyang kinubli ng mga bisita ang kanilang armas.

"Magandang gabi po, mga ser. Sino po ang kailangan nila?"

"Mga pulis kame," sabi ng isa sabay pakita ng tsapa. Pagsuksok ng pitaka sa bulsa ng maong ay siyang dukot nito ng nakatiklop na papel galing bulsahan sa loob ng jacket. "May warrant para kay Mr. Liu." Taranta ang kasambahay at hindi alam ang gagawin, lalong hindi lubos maunawaan kung ano ang nangyayari. Pinagbuksan niya ang mga ito. Ang kaninang kubling mga armas ay nakabalandra na ngayon.

Marahas na pinasok ng tatlong lalaki ang bahay. Nabulabog ang pamilyang naghahapunan. Tumayo ang padre de pamilya sa hapag.

"Hey, who are you? You are trespassing my property! Who are you?" galit nitong salubong sa mga lalaking umentra na lang basta-basta sa kanyang pamamahay.

"You are Mr. Liu, right? You are under arrest!" balik nito sa galit na galit na mama. Tinanguan nito ang dalawang kasama at tumungo sa hapag kung sa'n naro'n si Mr. Liu. Dinakma ng dalawa si Mr. Liu, pumalag-palag ito, dahilan para brasuhin ng isa ang leeg niya. Agad na ipinosas palikod ng isa ang mga kamay ni Mr. Liu. Sunod-sunod ang magagaspang na sigaw ng maybahay at anak nitong babae.

"Mga walang-hiya kayo! Sino kayo? Sa'n n'yo dadalhin ang asawa koooo?!" sigaw ng maybahay habang akap-akap ang anak na nanginginig sa takot.

"Tumigil kang hindot ka!" singhal ng tagamando.

"Mga walang-hiya kayo!" paulit-ulit ang maybahay.

"Putangina mo, mas walang-'ya ka!" Balik nito sa maybahay. "Sige, dalhin n'yo na 'yan!" at kinaladkad ng dalawa palabas si Mr. Liu at dali-daling isinakay sa van. Mabilis na sumibat ang mga ito bitbit si Mr. Liu. Pagbalik ng kasambahay sa bahay ng amo, kasama na nito ang mga guwardiya sa guardhouse, dahilan para mawalan ng guard on duty sa guardhouse na lalabasan ng van.

Mabilis at matiwasay na nakalabas ng subdibisyon ang van. Nadaanan pa nila't sinagasaang muli ang pobreng asong wala nang buhay. Sa loob ng sasakyan, piniringan si Mr. Liu at binusalan.

"How much your wife is willing to pay, ha, Mr. Liu?" tanong ng nasa passenger seat kahit pa alam nitong imposibleng makasagot ang mamang binusalan.

"Ten million pesos, is just—ah, because you are big bisnesman, ten million pesos is ano—coins to you, ha?" segunda pa ng katabi ni Mr. Liu na hirap na hirap inglesin ang gusto niyang sabihin.

"I hope your good wife will not fail us, Mr. Liu," anas ng nasa passenger seat.

"Your life is just coins to us, ha-ha! Try us and you will see, Mr. Lee," muling bira ng nasa tabi ni Mr Liu na tinawag pang Mr. Lee ang mama para lamang magtugma sa *you will see*.

Buong biyahe ay uungol-ungol si Mr. Liu, bagay na ikinainit ng ulo ng nasa kaliwa't kanan niya. Sa rindi at banas, pinukpok ng pistola ng nasa kanan si Mr. Liu sa ulo. Mahaba't magaspang na ungol ang iginanti nito at mabilis na nawalan ng malay.

"Putangina! Ano'ng ginawa mo?" galaiting tanong ng nasa passenger seat.

"E, kanina pa ayaw manahimik, e!" pasinghal ngunit bantulot na tugon ng pumukpok.

"Kung matuluyan mo 'yan? Gago ka talaga, 'di ka nag-iisip!" sermon nito sa kasama.

"Tama na 'yan, tama na 'yan! Nakatulog lang 'yan sa hilo," pagitna ng nagmamaneho. Patlang.

Dumukot ng sigarilyo sa bulsa ang nasa passenger seat. Nagbaba ng salamin ng sasakyan. Nagsindi. Pinunan ng usok ang katahimikan. Dinukot niya ang maliit na basic phone mula sa bulsahan sa loob ng kanyang jacket, pumindot-pindot. Nilingon nito ang mga kasama at sinenyasan ng 'shhh' o huwag gagawa ng anumang ingay. Mabilis na sinagot ng nasa kabilang linya ang tawag.

"Madam, 'wag kang mag-alala, safe ang asawa mo," bungad niya. "Sampung milyon, hindi maaano ang asawa mo." Hindi pa natatapos magsalita ang nasa kabilang linya, pinatay na niya ang tawag. Kinalas ang cell phone, tinanggal ang simcard.

3
YELRIHS AEM ZAID

NAGBIGAY ako ng ilang saglit sa sarili bago lumabas ulit. Maya't maya ang silip ko sa bintana kung gagalaw ang gate at may papasok. Kung may darating bang Alison at manghihingi ng paumanhin dahil anong oras na at walang dahilan para matuwa ang kanyang ama sa kanya. Huling apat na stick sa 'sang kaha ng pula na pinabili ko kay Benjo ang ginawa kong timer. Sa ganitong mga pagkakataon, hindi mo mananamnam ang paghalukay ng usok sa baga mo. Ang trabaho sana nito sa 'kin, anurin lahat ng bigat sa dibdib ko at ibuga lahat sa hangin. Pero heto, pirming nagpapabigat ng kaliwang bahagi ng dibdib ko dahil walang pagitan kong sinigarilyo ang tatlo. Ang totoo, gusto ko lang gumawa ng hudyat para sa sarili na hindi ko rin naman susundin dahil pagtapos ng ikatlong stick, isinubo ko ang huli, nagsindi. Binunot ko sa charge ang cell phone, tinext si Benjo na magkita kami sa 7/11 sa bayan, at lumakad na ako papalabas ng bahay.

Pumara ako ng traysikel. Ganitong oras, speeds ang mga trike drayber. Lalo kapag tabingi ang nasakyan mo. 'Yong tipong kapag nagsalita, wala na 'yong mga unang letra ng salita.

"—An -a -Ossss?" tanong ng drayber.

"Bayan, boss, 7/11."

Humarurot kami tulad ng inaasahan. Walang kalaban sa daan. Sinisilip-silip ko si Manong. Tindi ng pokus. Malamig ang humahampas na hangin sa amin. Sa muwestra ng mukha niya, tila hinihigop niyang lahat ng 'yon. Walang sampung minuto, nasa 7/11 na ako. Mula sa traysikel, natatanaw ko na si Benjo. Nakaupo, nagkakape.

"Boss, bayad, oh." Nag-abot ako ng singkuwentang buo.

"-Oss, —la a–o –aryah, —alalabas lang!" Kalalabas lang daw at wala pang barya.

"Pahingi na lang ng bente." Tip ko na 'yong sampu. Dumukot ito sa beltbag.

"-Oss, -ensya –a, -ampu –ang 'to." Inaasahan ko na 'yon. Kaya ang gintong aral 'pag magtatraysikel ka, dapat mayro'n kang eksatong pamasahe kung ayaw mo masistema ng mga tabinging drayber.

"Akina," sabay laglag nito ng barya sa palad ko. Siyete lang. Hindi ko na tiningnan si Manong sa mukha at dumiretso na ako ng lakad papuntang 7/11.

"Rey, nakontak mo na ba si Ali?" salubong sa 'kin ni Benjo.

"Wala. Patay ang phone. 'Di ma-reach. Bili lang ako kape, wait." Tumulak ako papunta sa machine ng City Blends. Pulang cup. Itim na kape. Mga unang buhos. Stop. Mochaccino, kalahati ng small. Stop. 'Tapos, French vanilla sa natitirang espasyo ng cup. Diretso sa counter.

"Sir, brewed coffee nilagay mo?" tanong ng cashier.

"Choco," sagot ko.

"Okay, sir, ano pa po?"

"'Boro red. Wala kong Cliqq."

Abot ng bayad. Kuha ng sukli. Balik kay Benjo.

"Rey, nakontak mo na ba mga kaklase ni Ali?"

"Hindi pa."

"Ano pa hinihintay natin? 'Wag kang mahiyang tumawag ng disoras. Nocturnal ang mga bata ngayon."

Tinawagan ko si Bernadette. Ring lang nang ring. Walang sagot. Baka tulog na. Nag-iwan ako ng message. Check ulit ng contacts. Si Camille. Active sa Messenger. Tinawagan ko. Sumagot agad.

"Hello po, tito?"

"Camille, hija. Pasensiya na, late na. Tanong ko lang kung magkasama kayo ni Ali?"

"Hindi po, tito. Saka sa PE lang po kami magkaklase ni Ali."

"Ah, may PE pa palang subject ngayon?"

"Opo, tito."

"Nakita mo ba siya kanina sa school?"

"Hindi po, tito, absent po ako, e."

"Ganun ba? Sige, salamat, Camille. Pasensiya na sa istorbo."

"No problem, tito."

"Benj, wala. Iyang dalawa lang nasa contacts ko," baling ko kay Benjo.

"Sandali, heto." May kung anong bina-browse si Benjo.

"Ano 'yan, 'tol?" usisa ko.

"Heto, tignan mo," abot niya ng phone sa 'kin. Litrato ni Ali kasama ng dalawang kaklase. May caption na, 'Study Hard. Party Later.' "Wala ka bang IG?" biglang naitanong ni Benjo na para bang nang-uuyam at hindi talaga nagtatanong.

"FB lang. Saka Messenger lang ginagamit ko," tugon ko.

"E, sa Instagram mas nagbababad ang ibang bata. Kahit matatanda. O, 'yan, kilala mo 'yang Shirley Mae?"

"Hindi, e," bantulot kong sagot.

"Naka-tag yung isa pa. Yssa Silverio, 'yang naka-shades. 'Yan, 'yan ang siguradong mga kasama ni Ali bandang alas-sais ng hapon base sa oras ng post, ha," paliwanag ni Benjo sa 'kin. "Baka naman pagkatapos gumawa ng project, nagsipag-party nga ang mga 'to; sabe sa caption, e? Wala naman sigurong nagpa-party na umuuwi sa tamang oras. Kasi kung tama sa oras ang uwi nito, hindi sa party galing 'to, simba," dagdag pa niya.

May punto naman si Benjo. Pero ako ang higit na nakakikilala sa anak ko. Ni minsan, kahit pa gumigimik ito kasama ng mga barkada, hindi ito nale-late ng uwi. Ugali rin nitong mag-update sa 'kin maya't maya. Kung sa bagay, nag-a-update naman siya. Patsepatse nga lang, hanggang pagtapos n'ong unsent message. Dito ako medyo napapraning. Sa tanginang unsent message na 'to.

"Okay. At least, may tukoy na tayong p'wedeng kontakin na alam nating kasama ni Ali." Pinakikita ko kay Benjo na kalmado at pokus ako nang mapansin kong parang nagpipigil ito ng ngiti. "Ano'ng nakakatawa?" kompronta ko sa kanya.

"'Buti hindi ka agad dumiretso ng barangay, he-he!" hirit nito.

"Gago. Ano'ng tingin mo sa 'kin?" depensa ko.

"Yosi tayo sa labas," aya niya.

Lumabas kami't yumosi sa gilid. Chaser namin ang City Blends. Magkatuwang naming hinanap sa Facebook ang dalawang babaeng kasama ni Ali sa litrato. Ganito kakumbiniyente ang teknolohiya. Ang daling mahanap ng mga taong hinahanap mo. Isang click lang, nariyan na. Kompleto impormasyon pa. Kompleto detalye kung ano'ng ginagawa sa araw-araw. Kung nasa'n. Saan galing. Sa'n ang punta.

"'Kita ko na yung Yssa," anas ni Benjo.

"Pasa mo sa 'kin yung link ng FB, i-PM ko ngayon."

Sa ganitong bagay, overlord si Benjo. BPO Yakuza ang tawag ko sa kanya. Respetado sa BPO industry. Kupal sa mga bagong agent. TL na gago. Siga ng smoking area. Galit sa nagbi-vape at ML.

"Na-PM ko na. Sort pa 'to sa other messages."

"Tang'nang 'to, kaya pala ang hirap hanapin 'tong Shirley. *Yelrihs Aem Zaid* ang pangalan sa FB. Puta, binaliktad yung buong pangalan niya. Anong katarantaduhan 'to?" banas ni Benjo.

"Uso 'ata 'yan," gatong ko.

"'Tol, heto, tignan mo! Naka-public yung mga post. Naka-check-in 23 minutes ago," abot sa 'kin ni Benjo ng phone niya. Litrato ng beer mug, nagpapawis sa lamig, puno ng beer at umaapaw sa bula ang ibabaw. May mga tama ng makulay na ilaw ang background. ATM ang caption. Check in—Enzo's Place, Poblacion, Makati.

"Alam mo 'to, Benj?"

"Medyo hardcore 'yang spot na 'yan."

"Hardcore, sa pa'nong paraan?" medyo ninenerbiyos ako.

"Hangout spot ng mga hipster kids 'yan, 'tapos madalas humalo yung mga Albanian junkies, mga ganyang lahi. Inuman, pills, alam mo na. Tang'na, puro predator." Nabigyang-katwiran ang nerbiyos ko sa sinabi ni Benjo.

"Kabisado mo, ah," biro ko, pantanggal nerbiyos.

"Naaya lang ng mga agent d'yan one time," depensa niya.

Check ng oras sa phone, 1:38 a.m. "Tara," sabi ko kay Benjo. Pinitik niya ang punggok nang yosi sa sulok at tumawid kami sa kabilang kalsada kung sa'n naka-park ang sasakyan niya.

———————

ENZO'S Place–2:23 a.m.

Pagdating sa spot, sinalubong kami ng kung ano-anong alok. Numero uno s'yempre ang aliw. Babae, lalaki. Naro'n din ang mga batang nag-aalok ng sampaguita. Sa kagaguhan ng mundong ito, red light district at may mga kunwa'y nagbebenta ng sampaguita. Ang totoo'y ibinubugaw lang naman ng mga salaulang magulang nila o kamag-anak sa mga hayok na tarantadong porener. Mistula silang multo sa 'min ni Benjo. Dire-diretso kami ng lakad sa direksiyon ng Enzo's. Sa labas pa lamang, dinig na namin ang kulob na tunog ng nalulunod na bayo ng baho ng speakers sa loob.

S'yempre may dalawang bouncer na laging akala mo, e hinulma kay Chris Aguilar. Malalaking taong nasa pagitan ng chubby at maskulado pero lamang sa bondat. Isang kalbo at isang longhair na nakakalbo. Maigi kaming kinapkapan saka pinagbuksan ng pinto. Pagpasok namin, wala na kaming ibang nadinig kundi tilian at dance music na parang anim ang bahista na pinapastol ng tech o DJ na sira ang knob ng treble at mid.

"Tanginang ilaw dito, nakakahilo!" sabi ko kay Benjo.

"Ha?" Alam kong hindi niya naman talaga madidinig. Kaya itinutok ko ang bibig ko sa tenga niya.

"Nakakahilo yung ilaw, putangina!" sigaw ko sa tenga niya. Napaatras siya sa lakas ng sigaw ko. Pero sa totoo lang, sa lakas ng music, hindi ko nadinig ang sarili kong sigaw.

Inaanod ng sayawan ng mga tao. Wala kaming magawa kundi magpatangay habang hinahanap si Alison at ang mga kaklase niya. Sa tapang ng pagkakapula ng ilaw, sa talas ng pagkakaberde ng kapalitan nito, pakiramdam ko ay magkakamukha ang mga tao. Hindi ko masino ang sino. Nagkahiwalay na kami ni Benjo. Nahihilo na ako. Parang dinudukot ng dagundong ng bass ang mga bituka ko habang pinaiikot ng malilikot na ilaw ang ulo ko. Parang may kung ano nang gumuguhit paakyat sa lalamunan ko. Pilit kong pinipigil ang masuka.

At nakita kong kumakaway si Benjo gamit ang cell phone niya. Madali kong nakilala dahil sa wallpaper na kahit sa malayo ay kabisado ko—Jesus Christ na naka-fist bump—at malamang ay siya lang ang meron nito dahil custom design ito ni Alison para sa kanya. Isiniksik ko ang sarili ko sa pagitan ng mga nagsasayaw-halikan-lampungan. Nang makalapit na kay Benjo, itinuro niya sa 'kin ang isang dalagang palong-palo sa pagsasayaw malapit sa platform ng DJ. Si Shirley. Tumungo kami sa kanya. Hindi ko alam paano kukunin ang atensiyon niya sa ganito kaingay at kagulong lugar.

"Excuse me, miss?" Malapit ang bibig ko sa tenga niya. Itinuloy niya ang pag-indayog ng ulo nang ilang segundo saka rumesponde ng "Yes?" sa akin.

"Father ako ni Alison Ventura, kasama mo ba siya ngayon?" Naghintay muli akong matapos ang sayaw ng ulo niya.

"You guys are too old for me. I don't do broke titos. Sorry." Nagkatinginan kami ni Benjo.

"Ahm, we are looking for Alison Ventura. I am his uncle, this is her father. We saw your IG group pic with Ali and we thought you guys are together. She here?" singit ni Benjo.

"Oww, okayyyyy." Inubos muna nito ang beer niya bago kami hinila papalabas ng dagat-dagatang sayawan. Nagkatinginan muli kami ni Benjo. Hanggang sa unti-unti naming matutunan, sa comfort room ng girls kami papunta.

"Excuse me, Shirley. We are looking for Alison," paalala ni Benjo.

Nagbigay ito ng gusot na mukha sa amin saka umusal ng "Yeah?" at nagtuloy ng paglalakad. Sumunod kami. Bantulot kami habang papalapit nang papalapit. May lumabas na malaking mama sa CR ng babae, porener. At dito na nagbago nang tuluyan ang timpla ko. Hinatak kami papaloob ni Shirley. May mga salitang ungol kaming nadinig.

"Ughm, Ughmm! You like it huh? Ughmm!"

"Ohhh! Ahhhh! Uhmmmm!"

Itinuro niya sa amin ang dulong cubicle. Dama ko ang pamamanhid ng aking batok. Inagaw ko ang bote ng San Mig na hawak niya. Nagmamadali siyang lumabas ng CR. Kinandado ni Benjo ang pinto saka dumampot ng basag na tiles. Tangan ang bote, dahan-dahan akong lumakad papunta sa dulong cubicle.

4
ANDY GAMBOA

HUMINTO siya sa pagtuturo sa kolehiyo at ipinagpatuloy ang pamamahala ng hardware ng kanyang ama nang sa gayon ay mahawakan ang sariling oras at makapag-alaga ng bata. Si Alison ang pinakamatingkad na alaala ni Rey sa namayapang asawa. Ni hindi na nasilayan ng kanyang asawa ang kanilang anak. Agad itong binawian ng buhay pagsilang kay Alison.

Hindi madali ang magpalaki ng anak. Lalong hindi madali ang magtaguyod ng anak nang mag-isa. Estranghero kay Rey ang tulog. Luho ang dapuan ng antok sa mga unang taon ni Alison sa mundo. Tulad ng ama, magaling sa eskuwela si Alison. Unang taon nito sa elementarya ay halos hakutin nito ang lahat ng academic awards ng paaralan, siya namang ani ng papuri ni Rey sa mga guro at nanay ng mga kaklase ng anak. Nagpatuloy ang gano'n hanggang grade four. Pero pagsapit ng grade five, ilang linggo pa lamang ng pagpasok sa paaralan ay napansin ni Rey na tila wala itong gana. Hindi tulad ng nakasanayan niya sa anak na ito pa ang gumigising sa kanya sa madaling-araw para maggayak sa pagpasok. May dalawang buwan na gano'n si Alison at nabahala na si Rey. Isang araw pagsundo niya sa anak, dinala niya ito sa mall para ipasyal. Binilhan ng mga bagong gamit, kumain sa paboritong fast-food, pero walang nanunumbalik na sigla kay Alison.

Kinabukasan, nauna na namang nagising si Rey. Ginising niya si Alison para mag-almusal at makapaggayak. Ayaw nitong bumangon. Sa halip ay nagtalukbong pa.

"Anak, may problema ba?" tanong ni Rey. Hindi umimik si Alison. Nanatili itong nakatalukbong. "Ayaw mo na bang pumasok?" Nakatalukbong man ay kita ang pagtango ni Alison, kumpirmasyong ayaw na nga niyang pumasok.

"May umaway ba sa 'yo?" Gumanti ito ng iling. "Bakit ayaw mong pumasok?" pangungulit ni Rey. Hindi na naman umimik si Alison. Hindi na pinilit pa ni Rey ang anak. Pinabayaan niya itong magpatuloy sa pagtulog.

Ilang araw pa nga ang lumipas at nanatiling walang-gana si Alison. Ayaw pa rin nitong pumasok. Madalas, isinasama na lamang siya ni Rey sa hardware. At doon sa hardware, giliw na giliw si Alison sa mga kuwento ni Ato. Paboritong ikuwento ni Ato sa mga tao ang kuwento ng 'Anchor' at bentang-benta ang kuwentong iyon kay Alison.

Oras ng meryenda, inutusan ni Rey si Ato na bumili ng pandesal at Anchor sa panaderya ilang kanto mula sa hardware. Takang-taka si Rey kung bakit nagtagal nang halos kuwarenta minuto si Ato samantalang lakad lang ang layo ng panaderya sa kanila. Pagbalik ni Ato, bitbit nito ang 'sambalot na pandesal sa kaliwang kamay at sa kanan naman ay tangan nito ang plastic bag na puno ng kangkong.

"'To, bakit may dala kang kangkong?" nagtatakang tanong ni Rey.

"'Di ba sabi mo, Boss, pandesal saka kangkong?" pag-uulit nito sa binilin ni Rey.

"Pandesal at Anchor!" balik ni Rey.

"Anchor?" taka ni Ato.

"Mantikilya," paglilinaw ni Rey.

"Ahh. Deri Krim?"

"Oo, palaman dito sa pandesal, Ato!" pagdidiin ni Rey.

"Anchor naman kasi, akala ko tuloy kangkong, Boss!" buwelta nito kay Rey.

Sa ilang araw na pagsama ni Alison sa hardware, parang laging bago ang kuwentong iyon. Lagi pa rin siyang natatawa kapag ikinukuwento na ni Ato. Nakaluwag-luwag sa dibdib ni Rey ang panunumbalik ng sigla ng anak. Gayunpaman, lubos niyang ikinababahala na ang patuloy na pagliban nito sa klase. Nauubusan na siya ng idadahilan sa adviser nito.

Isang hapon sa hardware, habang nagkakape at yosi break, nabanggit ni Ato kay Rey ang sagot na pilit niyang hinihingi kay Alison.

"Boss, si Alison, nagsabi sa akin tungkol sa PE teacher niya."

"Ano yun, 'to?"

"E, hinipuan daw siya, ilang beses," bantulot na sabi ni Ato. Bumilis ang andar ng baga ng sigarilyo sa lakas ng hitit ni Rey. Kaalinsanganan ng tanghaling-tapat ngunit mala-tambutso at matingkad ang usok na ibinuga niya sa hangin. Sinundan niya iyon ng laklak ng kape.

"Ang sabi ko, bakit 'ka ko hindi magsabi sa 'yo, Boss."

"Ano'ng sabi ni Ali?"

"Nahihiya daw siya."

Tyumempo ng dalaw si Rey sa paaralan. Sumangguni ito sa school admin tungkol sa kaso ng anak at ang totoong dahilan ng hindi nito pagpasok.

"Sir Ventura, hindi tayo maaaring basta-basta magparatang. So, mas mabuti kung makapag-produce tayo ng evidence before we take further actions."

"Mag-iisang linggo nang hindi pumapasok ang anak ko dahil sa takot. Dahil sa pangmomolestiyang ginawa sa kanya. Anong ebidensiya pa ang kailangan n'yo?" nanggagalaiting tugon ni Rey sa matandang babaeng school admin.

"Teka, teka, sir! Molestiya? Hindi tayo ang maghahatol kung talagang may nangyaring ganyan, sir. Sorry, sir. Pero pinoprotektahan namin higit sa lahat ang malinis na pangalan ng paaralang ito. Naging guro ka rin, sir, alam mo ang ibig kong sabihin."

"Naging guro nga ako pero hindi ko ho maintindihan kung ano'ng ibig sabihin ny'o na alam ko ang ibig n'yong sabihin? Dahil kahit kailan, hindi dahilan ang pag-iingat ng pangalan ng isang institusyon para i-invalidate ang sumbong o kadaingan ng indibidwal na naaagrabyado."

Natigilan ang school admin. Nagbuntonghininga.

"Hindi n'yo man lang ba ipatatawag yung PE teacher na sumbong ng anak ko, na ilang beses siyang hinipuan?"

"Sa current state of emotion mo, Sir Ventura, I am afraid—"

"Minolestiya ang anak ko! Gusto n'yo ba ipagtimpla ko ng kape ang guro n'yo?" Nanlaki ang mga mata ni Rey.

"See, Sir Ventura? I am sorry."

"Kailangan n'yong ilayo 'yang walang-'yang iyan sa mga bata!" sabay tayo ni Rey. Nagsubo ito ng sigarilyo pero alam niyang hindi niya maaaring sindihan iyon. Tumalikod na siya at akmang lalabas ng opisina. Ilang hakbang at nilingon niya ang school admin. "Wala ho ba kayong anak?" tanong niya sa school admin.

"They are all professionals now," kampanteng sagot nito.

"'Buti pa sila," matipid na tugon ni Rey, saka nagdiretso ng labas sa opisina at naiwan ang school admin sa kanyang mesa na nagpatuloy sa pagkain ng kutsinta.

Sa isip ni Rey, wala siyang mapapala sa mga gano'ng klase ng tao na nagpapatakbo ng gano'ng klase ng sistema. Mabilis niyang napagdesisyunang ialis sa paaralang iyon si Alison. Pero hindi siya ang taong mabilis makalilimot sa usapin ng pang-aagrabyado, lalo sa kanyang anak.

Paglipat ng paaralan, inugali na ni Rey na siya mismo ang magsundo sa anak. No'n di'y kinilala niyang maigi ang mga magiging guro nito. Doble ang pag-iingat niya sa pagkakataong ito. Batid niyang naninibago pa si Alison sa nilipatang paaralan pero hindi rin nagtagal ay nanumbalik ang sigla nito sa pag-aaral. Habang unti-unting napapanatag sa mas maayos na sitwasyon ng anak, walang-tigil niya ring sinubaybayan ang pinagmulan nitong paaralan. Walang sandali na hindi niya naiisip ang ginawang kahalayan sa kanyang anak. Ang mga imaheng nabubuo sa kanyang gunita ay lalong nagpapaigting ng kulo ng kanyang dugo. Ang pangmomolestiya ng guro, ang takot na takot na si Alison, ang walang pakialam na school admin na nagbubukas lalo ng mas mahalagang tanong—Ilang katulad pa ni Alison ang inabuso ng sistemang umiiral sa paaralang iyon?

Sa pagtatanong-tanong sa mga kakilala at mga nakasama sa PTA, nakuha niya ang pangalan ng guro. Andy Gamboa. Isa sa mga haliging guro daw ng paaralan. Ibig sabihin, institusyon na ito. Sa tagal nito sa pagiging guro, ga'no karaming bata na kaya ang minolestiya nito? Tanong na lalong nagpapaapaw ng galit sa dibdib ni Rey. Walang araw na hindi dumaan si Rey sa dating paaralan ni Alison. Lagi't lagi siyang naglalaan ng oras para sumilip, magmanman.

Tuwing gabi, kapag matutulog na at katabi si Alison, pagmamasdan niya ang maamong mukha nito. Yayakapin nang mahigpit habang hindi niya napapansin ang pagtulo ng kanyang mga luha. Gabi-gabing gano'n. Ang mahal niyang anak, ang nag-iisang alaala ng yumao niyang asawa, sa murang edad ay nakaranas ng pambubusabos ng isang halimaw sa lugar kung sa'n ang pangangalaga at kalinangan sana ng kabataan ang unang-unang isinasaalang-alang.

Kada Huwebes, may PE activity ang mga bata. Sa quadrangle iyon ginagawa. Ang quadrangle ay nasa kabilang gusali—tawid-kalsada mula sa gusali ng main campus. Iyon ang natutunan ni Rey sa ilang buwan niyang pagmamanman. *Andy Gamboa.* Sa isip niya, matitiyempuhan niya rin ito. Isang umaga, bago ang oras ng activity ng mga bata, nakatambay na sa malapit na tindahan si Rey. Nakasumbrero, sapat para itago ang mukha kahit papa'no. Naka-jacket para hindi mamarkahan ang ouroboros na tato sa kanang braso. Nakamasid. Nakaabang sa lalabas na Andy Gamboa. Teacher ng PE. Walang-hiya. Molestiyador.

"Sir, bawal po magsigarilyo dito. Baka mahuli po kayo ng bantay bayan," babala ng tindera kay Rey.

Pinatay ni Rey ang sigarilyo sa suwelas ng kanyang sapatos. Maya-maya pa, nadidinig na niya ang palakas nang palakas na ingay ng mga batang papalabas ng school—patawid sa quadrangle. Sa pagitan ng mga batang nakapilang tumatawid ay ang isang matandang lalaki, malakit ang t'yan, nakakalbo, pinapastol ang mga bata patawid. Kinapa ni Rey ang dala sa backpack, siniguradong naro'n ang mahalagang gamit bago tumulak papunta sa mama. Nag-uunahan ang mga paa niya papunta sa direksiyon ng mama bago ito makatawid sa kabilang gusali. Inilagay niya ang backpack sa kanyang harapan. Bahagyang binuksan ang bag, isinuksok ang kamay sa loob.

"Andy Gamboa," anas niya. Hindi lumingon ang mama. "Andy Gamboa!" Mas malakas sa pangalawang pagkakataon.

"Yes, mister, bakit?" Galing ang boses sa likuran. Hindi lumingon ang mama. Dumiretso ito ng lakad sa kabilang gusali kasama ang mga bata. Nilingon niya ang pinagmulan ng boses. May kilabot sa kanyang batok. Paglingon niya, isang may-edad na babaeng may kalakihan ang isiniwalat ng nagbukas na gate ng paaralan, naka-MAPEH T-shirt na puti. Natigilan siya. Isang may-edad na babae si Andy Gamboa. Wala sa hinagap niya na ang Andy Gamboa na hinihintay niyang makaharap ay isang may-edad na babae. Ang nagsamantala sa kahinaan at kabataan ng kanyang anak ay isang may-edad na babae at ngayon ay inilabas niya mula sa pagkakasuksok sa backpack na nasa harapan niya ang kanyang kamay. Mistula siyang naging bato sa gitna ng kalsada—mala-estatwa.

"Ano yun, mister?"

Beeeeep! Beeeeep! May halong init ng ulo ang pagbusina ng traysikel drayber kay Rey na nakapako sa gitna ng kalsada.

"Hoy! Ikaw ba'ng me are ng kalsada, ha?" bulyaw ng drayber.

Do'n lamang nabalik sa ulirat si Rey. Sa taranta sa pagtabi sa sidewalk ay nalaglag mula sa nakabukas na backpack nito ang isang claw hammer. Daglian niya iyong dinampot at ibinalik sa backpack at nagmamadaling lumakad papalayo sa kaninang kinatatayuan—ilang hakbang mula sa gate ng paaralan, ilang hakbang lamang ang pagitan kay Andy Gamboa—na naiwang nagtataka.

5
IBAYO

SAMPUNG milyong piso ang kailangan niyang bunuin para maibalik sa kanya ang asawa. Bitbit niya ang anim na milyong piso ngayon at papunta na sa tagpuang napagkasunduang pagdadausan ng abutan. Hindi siya nagsumbong sa pulis. Wala siyang balak. Tulad ng hindi siya kailanman magbibigay ng tiwala sa mga ito. Bagkus ay dala niya ang mga sariling tauhan na nauna na sa area at nakaposisyon sa mahahalagang lugar. Pero ang alam ng kanyang mga katagpo, drayber lamang ang kanyang kasama. Alam ng kanyang katagpo, isa lamang siyang maybahay ng isang negosyanteng Intsik.

Nag-vibrate ang cell phone niya. Nagpadala ng larawan ang mga katagpo niya. Larawan ng asawang nasa isang mala-bodegang lugar, nakapiring at gapos ang mga kamay sa likuran. Habang b'yahe, tumawag ang kanyang katagpo.

"Sa'n na kayo? Hindi kami maghihintay sa inyo."

"Hindi kabisado ng drayber ko ang lugar na 'to, kaya sana makaunawa naman kayo."

"Hindi kami maghihintay."

"Barangay San Jose na daw."

"Bungad lang ng Sitio Kaysakat, sabihin mo sa drayber mo."

Humimpil ang sasakyan sa isang bahay-sawali na kainan-inuman. Naro'n ang dalawang lalaking nag-iinom ng Pale at namumulutan ng mani. Pagkakita sa kanya ay agad na tumayo ang mga ito at nagmostra sa kanya na sundan sila. Lumabas sila sa likod ng sawali. Doon gumawa ng tawag ang isang lalaki.

"Boss, dito na sa Menggay's."

"Nasa'n ang asawa ko?" pakli niya.

"Sandali lang, madam, may kausap ako."

Ilang yes boss at tangu-tango ang hinintay niyang matapos bago sila sinabihan ng bagong direksiyon.

"Akyat lang tayo sa Ibayo. Do'n daw," anas ng lalaki.

Bumalik sila sa sasakyan at sinundan ang dalawang lalaking magkaangkasan sa motor. Tanging ilaw lamang ng sasakyan ang silbing liwanag sa daan. Napansin nila ang pagtabi ng motorsiklo. Sa kanang bahagi ng daan, naka-hazard ang isang van. Ang mamang kausap niya sa cell phone kanina ay nakasandal sa gilid ng van at naninigarilyo. Tumabi rin sila. Ang sinasabing Ibayo ay daanang natatapos sa pagkakaputol gawa ng isang nakabinbin na construction. Kaya naman walang dumadaan sa kalsadang iyon at sila lamang ang laman sa kasalukuyan. Bumaba ng sasakyan ang maybahay bitbit ang isang gym bag na asul.

"Nasa'n ang asawa ko?" tanong niya sa mamang nakasandal sa van.

"Sampung milyon na ba 'yan?" paniniguro ng mama. Tumungo ang dalawang lalaki sa maybahay at kinuha ang tangan nitong gym bag. Binuksan at sinegurong pera nga ang laman at hindi naman sila nabigo.

"Anim na milyon. Nasa'n ang asawa ko?"

"Sampung milyon ang usapan. Wala tayong napag-usapang tawaran," giit ng mama.

"Nasa'n ang asawa ko?" pirming tanong ng maybahay.

"Sampung milyon ang usapan," pirming giit din ng mama.

"Sabi ko na nga ba—"

"Buuin mo ito kung gusto mong maibalik nang maayos sa 'yo ang asawa mo."

"Kung ibinigay ko lahat sa inyo ngayon, hindi n'yo rin dala ang asawa ko."

"Akala mo siguro hindi namin alam na nakapalibot ang mga tao mo sa 'min ngayon." Hindi nakaimik ang maybahay. "Iniisip mo sigurong naniniwala kaming hindi n'yo alam itong lugar na 'to."

"Kaya hindi n'yo dinala ang asawa ko."

"Isang maling galaw ng mga tao mo, tapos ang asawa mo," banta ng mama. "Apat na milyon pa. Ikaw lang. 'Wag mo kaming paandaran ng mga tao mo kung gusto mong mabalik sa 'yo ang asawa mo. Tatawag ako." Ibinato ng dalawang lalaki sa loob ng van ang gym bag. Sumakay na sila't dagliang nagmaniobra para umalis sa Ibayo.

Naiwan ang maybahay at drayber na pinagmamasdang paliit nang paliit ang van habang papalayo ito nang papalayo sa kanila. Sumampa na rin sila sa sasakyan at bumaybay na palabas ng sitio. Habang daan, bumuhos ang malakas na ulan, bagay na nagdagdag sa kahirapang tantiyahin ang daanang wala ni isang poste ng ilaw.

"Pa'nong nalaman ng mga iyon na may mga kasama tayo?" tanong niya sa drayber.

"E, ma'am, nung nasa sawali pa lang tayo, pakiramdam ko nakatunog na sila," tugon nito. Iiling-iling lamang ang maybahay, pasilip-silip sa cell phone, naghihintay ng tawag ng mga dumukot sa kanyang asawa nang bigla nilang mapansin ang isang taong galing sa liblib—papatawid ng kalsada. Huminto sila. Nang tamaan ito ng ilaw ng sasakyan, napansin nilang sira-sira ang damit nito at puro galos ang braso't mukha. Nakaapak din at basang-basa na sa ulan. Gegewang-gewang ang lakad nito na parang lasing. Hindi nagtagal ay bumagsak ito at humandusay sa nagpuputik na daan.

6
BUGTONG AY DI BIRO

BUONG lakas kong sinipa ang pinto ng cubicle at tumambad sa 'kin ang umaayudang pwet ng puting mama. Agad ko itong pinalo ng bote sa ulo. Sumargo ang dugo nito, napaluhod sa tinamo sa basang sahig. Nasa likod ko si Benjo. Tumili ang nakahubong babae—at hindi siya si Alison. Nagsisigaw ito, humihingi ng tulong. Karipas kami papalabas ni Benjo. Hindi na namin alintana ang sikip ng dagat-dagatang tao na nagsisipagsayaw. Kailangan naming makalabas. Ngunit sa bawat abante namin, para kaming tinatangay pabalik ng anod ng tao. Paglinga namin bandang hallway papuntang comfort room, nakakuha na ng atensiyon ang babae. May rumesponde nang isang bouncer. Puwersahan naming hinati ang dagat ng mga siraulong taong ulol na ulol sa pagsasayaw.

"Hoy! 'Wag kayong lalabas, kunin n'yo 'yang mga 'yan!" sigaw ng isang bouncer. At nakita naming itinuturo kami ni Shirley. Mabangga ang mababangga. Mabalya ang mababalya. Putangina n'yong lahat!

Hinila ng isang binatilyo sa braso si Benjo. Walang ano-ano'y binigyan ko ng isa sa panga ang gago. Bumagsak ito, dahilan para mabigyan kami ng espasyo para makasibat. Pagdating namin sa entrance, inabutan naming kumakain ng balut ang mga bouncer. Gumilid kami ng daan para 'di mapansin sabay takbo. Para akong malalagutan ng hininga sa hingal, gano'n din si Benjo. Tumawid kami sa Kalayaan at doon muna umistambay.

"Putangina, siraulo yung Shirley!" anas ni Benjo na hahangos-
hangos.

"Anong trip ng hayup na bata na yun?"

"Sabog yun, tangina. Wala si Ali d'yan," tugon ni Benjo na
hindi maubos ang hingal.

"Hindi ko rin maisip na magkakainteres ang anak ko sa
ganyang klase ng lugar. Puta."

"Napuruhan mo yung porener."

"Yun naman ang balak ko. Kaso hindi naman pala si Ali yung
nandun." Dinukot ko ang kaha ng Marlboro sa likurang bulsa ng
pantalon, nagsubo at nagsindi. Inabutan ko si Benjo. Kailangan
naming ibuntonghininga ang lahat ng hassle na nangyari.

"Ha-ha, tangina, Rey! Nang-hassle tayo ng nagkakastahan sa
banyo ng babae."

"Putangina." Iiling-iling na lang ako.

Nag-vibrate ang cell phone. May message galing kay Yssa.

Yssa Silverio (NotYourOrdinaryGal)
Good morning poh...7:30 or mga before 8 poh
naghiwahiwalay na po kami nina Shirley and Ali
poh...

Reynold Ventura
May nabanggit ba ang anak ko kung sa'n
siya pupunta after ng group activity n'yo?

Yssa Silverio (NotYourOrdinaryGal)
...
Magmeet daw po sila ni Katrina kaya
medyo nauna poh sya ng unti samin...

Click sa link. Katrina Madrigal. Profile Picture. Selfie with Doraemon stuffed toy. Cover photo—Doraemon. Doraemon fan. I heart Doraemon forever. Message.

"Na-message ko na 'tong Katrina. Sabi nitong Yssa, ito raw ang ka-meet ni Ali after group activity nila. E, bago mag-alas-otso nagkalas-kalas na pala sila, e," paliwanag ko kay Benjo.

"Sumagot na yung Katrina?"

"'Di pa nga nasi-seen. Malamang tulog pa 'to."

"Rey, check muna natin ulit sa bahay, baka nakauwi na. Tingin mo?"

"Sana nga, e."

Nagtig-isang stick pa muna ulit kami bago sumibat. Sana nga pag-uwi ko, naro'n na si Ali, nakasalampak sa sofa kung 'di na kinayang umakyat sa kuwarto niya, pagod at puyat sa paglalamay sa school project. Nakapapagod mag-alala. Pakiramdam ko, bukod sa dibdib kong mabilis pa rin ang tibok, ay hinihingal na rin ang utak ko. Ang hirap magpanggap na kalmado at pokus sa mga bagay-bagay habang hindi mo tiyak kung nasa'n ang anak mong babae. Sana pagdating ko sa bahay, nakahambalang na ang rubber shoes niya malapit sa pintuan. Unang beses na nangyari ang ganito. Masamang-masama ang pakiramdam ko.

B'yahe kami pauwi. Medyo tinatamaan na kami ng antok. Si Benjo, mamaya-maya ay papasok na sa opisina. Pero no problem, kasi nga siga naman siya sa department niya.

"Kapag wala pa rin sa bahay si Ali, mag-report na tayo sa pulis?"

"Hintayin muna natin reply nitong Katrina. Ito raw huling kasama, e."

Nagpapalitan kami ng hikab. Hindi na kami kayang gisingin ng Marlboro pula. Nagsisimula nang sumaboy ang liwanag sa ulap. Mabuti at naagapan namin bago pa makasabay sa kalsada ang mga papasok ng trabaho at eskuwela. Naalala ko, ilang oras na lang din, papasok na si Ali. Sana nakapagpahinga na siya nang maayos sa bahay. Sana nasa bahay na siya.

"Pasensiya na sa hassle, Benj," paraan ko ng pagpapasalamat kay Benjo.

"'La yun," inaantok nitong sagot.

Malapit na kami. Sa kanto na lang ako nagpababa. "Benj, dito na lang para 'di ka na mahirapan ipasok 'to dun," anas ko.

"Samahan kita sa inyo."

"'Di na. Babalitaan kita sakaling wala pa rin sa bahay si Ali."

"Sigurado ka, ha."

"Papasok ka na nga maya-maya, e."

"Problema ba yun?"

Bumaba na ako. Bago niya isara ang bintana, nakipag-untugan muna 'ko ng kamao. "Balitaan kita agad. Siguradong aabalahin kita," hirit ko.

"Anytime. Balitaan mo 'ko agad."

"Ingat."

Lumakad na ako papasok ng compound. Bukas ang ilaw ng bahay, tanaw ko. Naiwan kong bukas sa pagkaalala ko. Pero baka naro'n na rin si Ali. Binilisan ko ang lakad. Pagdating ko sa tapat ng bahay, dahan-dahan ko pang binuksan ang pinto at baka natutulog si Ali sa salas. Pagbukas ko ng pinto, walang Ali sa salas. Walang nakahambalang na rubber shoes malapit sa pinto. Sige. 'Ka ko, baka nasa hagdan niya sininop. Umakyat ako para i-check siya sa kuwarto. Walang rubber shoes na nakasinop sa hagdan. Baka hindi na nakapaghubad ng sapatos. Dahan-dahan kong binuksan ang kuwarto. Wala si Ali. Umupo ako sa kama niya. Ipinahinga ko muna ang katawan kong kanina pa paroo't parito. Sa saglit na pagkakaupo, dama ko ang paghupa ng ngalay. Pero gano'n pala talaga kapag ang utak, pinuputakti ng pag-aalala. Nawawalan ng saysay at kahulugan ang paghimpil ng pisikal na katawan.

Nag-vibrate ang cell phone. Naantala ang nagsisimula pa lang na idlip ko. Sumagot na si Katrina.

Katrina Madrigal (Kat Kat)
Hindi po ksmi magkasama
*kami

Reynold Ventura
Pero nagkita ba kayo kagabi?
Sabi kasi ni Yssa

Katrina Madrigal (Kat Kat)
Hindi po kami natuloy mag meet kse hndi na po sha
nagchat or txt skin...
Hindi pa po umuuwi si Ali?

Reynold Ventura
Hindi pa e. Hinanap na rin namin sa mga groupmate
niya sa school project nila. Salamat sa info Katrina.
Pasensya na sa abala.

Katrina Madrigal (Kat Kat)
Np po. Balitaan nyo po aq pag
nakauwi na po sha.

Reynold Ventura
Salamat ulit, Katrina.

Katrina Madrigal (Kat Kat)
👍

Tinawagan ko agad si Benjo para ibalita na wala pa rin sa bahay si Ali at hindi rin daw kasama nitong Katrina na itinuturo ni Yssa na ka-meet dapat ni Ali after ng school project nila pero hindi natuloy dahil hindi na raw kumontak si Ali sa kanya. Nagpapataong-patong na ang iniisip ko.

B E N J T V P A Z
Ireport na natin sa school. Labas akong lunch.

Reynold Ventura
Ok. Salamat.

DUMAAN ako ng hardware at nagbilin kay Ato na mayro'n lang akong kakausaping supplier at siya na muna ang tumao maghapon. Nag-chat ako kay Benjo. Bago mag-send, naunahan na ako nito ng tawag.

B E N J T V P A Z *is calling...*
Answer | *Decline*

"Dito 'ko nag-park sa entrada ng campus," bungad ni Benjo.
"Papasok na 'ko."
Nakatambay si Benjo sa labas ng sasakyan niya. Agad kong napansin ang suot nitong T-shirt. Suot na naman niya ang custom shirt niyang may nakalagay na *PUKE NG INA MO says my conio friend when my mom threw up.* Hindi ko naman p'wede isipin na sinadya niya iyon dahil pupunta kami ng university dahil gano'n naman talaga siya manamit kapag pumapasok ng opisina—BPO Yakuza. At galing nga siya ng opisina. Lumabas lang para samahan ako.

"Favorite mo talaga 'yan, 'no?" nguso ko sa damit niya.
"Papa-print ako sa kulay pink, pang-Christmas party," banat niya.
"Ayus."
"Tara na. Balik din ako agad ng opisina."
Pumunta kami ng admin building sa kolehiyo ni Ali, sa opisina ng College of Arts and Social Sciences. Magiliw kaming sinalubong ng isang maliit na babaeng may malaking nunal sa pagitan ng kilay, kaya parang walang pagitan ang kaliwa't kanang kilay nito.

"Magandang tanghali po, sino po'ng hanap nila?" bati nito. Pansin kong napatingin sabay ngiwi ito sa disenyo ng T-shirt ni Benjo.

"Magandang tanghali po. Ahh, father po ako ni Alison Ventura, estudyante po dito sa kolehiyo n'yo—"

"Ahh, yes, si Ms. Ventura," putol nito sa 'kin. Kilala nga talaga sa kolehiyong ito ang anak ko. "What about po?"

"Hanggang ngayon po kasi, hindi pa siya umuuwi. Huling update namin sa isa't isa, through FB Messenger, gumagawa sila ng school project ng mga kaklase niya."

"Have you tried contacting her groupmates, sir?"

"Opo, ma'am, lahat po sila na-contact ko na. E, hindi raw po nila kasama. Naghiwa-hiwalay na raw po sila after ng school project."

"Naku, sa'n kaya nagsuot ang batang iyon?" Napakunot ang noo nito, itsura ng isang nag-aalalang tiyahin. Sinulyapan ko si Benjo. Alam kong nagpipigil ng tawa ang tarantado. Pareho kami ng iniisip malamang. Ibang-iba pala magkunot ng noo ang isang taong parang walang pagitan ang mga kilay. Parang ginuhitan ng malaking arko ang noo nito. Hindi naman ako makasakay sa trip ni Benjo dahil may inaalala akong anak na hindi pa umuuwi. Pero medyo kakaiba nga talaga ang gano'ng tanawin.

"I-refer ko po kayo sa CSAO para po magawan ng report."

"Salamat po, ma'am."

"Ah, by the way, I am Mrs. Pahente," abot nito ng kamay sa 'kin, at kay Benjo na rin. Nakipagkamay ako. Bantulot naman siyang nakipagkamay kay Benjo. Para bang naeeskandalo sa sinasabi ng damit ng kaibigan ko.

Sinamahan kami ni Mrs. Pahente sa CSAO. Doon, parang gumawa lamang ng record ang sekretaryang umestima sa amin. Record na hindi ko alam pa'no makatutulong sa mga oras na 'to para matunton kung sa'n naro'n si Ali. Wala sigurong gana ang sekretarya dahil parang naabala namin siya sa pag-add to cart sa Lazada.

"Mr. Ventura, natanong n'yo po ba ang mga kaklase ng anak n'yo kung saang bahagi sila ng university gumawa ng kanilang school project?" Patlang. Iyon ang isang bagay na hindi ko nakumpirma sa mga kasama ni Ali. "Library? Garden? Auditorium? Bridgeway? Canteen? Oval?" pag-iisa-isa ng sekretarya. Nablanko ako nang ilang saglit. Ayokong walang maisagot dahil ayokong isipin nitong kausap ko na kulang-kulang ako sa impormasyon kung sa'n nagsusuot ang anak kaya naman ngayon ay nawawala ito.

Sumingit si Benjo at ipinakita sa sekretarya ang IG picture ng group activity ng magkakaklase. "Ito po, ma'am, yung picture nila, moment ng paggawa nila ng project. *Tori* yung check-in place." Tulad ni Mrs. Pahente, tila naeeskandalo ang sekretarya sa sinasabi ng damit ni Benjo.

"Sir, itong Tori ay coffee shop sa likod ng university." Tatangu-tango lang kami ni Benjo. "Which means…" nagsalit ang tingin sa 'min ng sekretarya, "…it's outside the university's premise. Mga sir, p'wedeng sa nearest police station po tayo sumangguni at gumawa ng report," paliwanag niya. Iyon ang ayaw kong madinig. Na dapat na kaming sumangguni sa pulis. Bukod sa ospital, police station ang isa pang pinakaayaw kong puntahan. Pero ano'ng magagawa ko?

"Thank you, ma'am, we'll do that," anas ni Benjo.

"Hoping po kami sa mabilis na pagtunton kay Ms. Alison. In this case, pulis ang nasa better position to do further actions," pasakalye nito sa napipintong pagtaboy sa amin sa kanyang 'abalang opisina.'

"Maraming salamat po ulit." Tumayo na kami at nagpaalam.

Paglabas namin ng opisina, naulinigan namin ang mga salitang, *Shhhhhhtttt, tapos na yung sale. Shttttt!* mahina ngunit madiin— galing sa loob.

Ako na lamang mag-isa ang humarap sa presinto. Kakain ito ng oras, malamang sa malamang. Hinatid ako ni Benjo at pinauna ko na siyang sumibat para makabalik na ng opisina. Masama ang pakiramdam ko hindi pa man nakaaapak sa sahig ng estasyon. Pagpasok ko, inakap ako ng mainit na buga ng malaking electric fan na nasa tabi ng opiser sa front desk. Sa gilid ay may dalawang pulis na nakaupo, kung 'di ako nagkakamali, Mobile Legends ang nilalaro nila.

"Magandang araw po, boss," bati ko sa nasa mesa.

"Magandang araw din po, ano po ang maipaglilingkod namin?" magalang naman nitong tugon.

Kung ano'ng mga inilahad ko sa university, inulit ko sa opiser. Lahat ng iyon, mabilis niyang nagawan ng police blotter. Pinapirma ako sa isinulat niya. Pirma naman ako.

"Ser, baka naman nasa boypren lang 'tong anak mo."

"Wala hong boypren ang anak ko sa pagkakaalam ko."

"Alam n'yo naman ang mga kabataan ngayon."

Hindi na ako sumagot. Hinayaan ko na siyang gawin ang ginagawa niya, salitan sa logbook at cell phone. Ako naman, tinatanong ko ang sarili ko kung kailan magkakaroon ng tunay na silbi ang pagre-report sa mga pulis ng mga simpleng mamamayang tulad ko. Kung mayro'n ba talagang maitutulong ang pagpunta ko dito. Natutuliro na ako. Madalas, walang choice ang mga tao. Yosing-yosi na 'ko sa inip, dahil alam ko naman sa sarili ko, parang inaplayang trabaho ang style nitong mga ito. *Tatawagan na lang namin kayo, ser.*

"Okay, ser, sige. Tatawagan namin kayo as soon as makahanap kami ng impormasyon o leads dito sa pagkawala ng anak mo. Meanwhile, keep on contacting the classmates at mga kaibigan. Baka biglang lumitaw. Malay natin, 'di ba?" sabi ng de mesa junior. Sa sobrang interesado at taas ng enerhiya nila, hindi na umabot itong pagpapaliwanag ko doon sa totoong de mesa ng presinto.

"Ito po ang calling card ko, sakali po ay d'yan n'yo ako tawagan," abot ko ng calling card na gamit ko sa paghahanap ng supplier.

"Ahh, me ari kayo ng hardware, ser?"

"Opo."

"'Pag magpapagawa ako ng bahay, baka maka-discount, ha?" pabiro nitong sabi, sabay tapik sa balikat ko. Pero alam kong hindi iyon biro at totoo sa loob niya ang manghingi ng diskuwento. Sino'ng ayaw ng discount?

"No problem po," sagot ko, para matapos na lang.

"Yun, salamat, ser. Hayaan mo, ako mismo mag-a-update sa 'yo kung anuman, ha." Bigla'y parang interesado na si De Mesa Junior. Tumangu-tango lang ako bilang tugon. Nagpaalam na rin ako at lumabas. Paglabas ko, para akong nakalanghap ng sariwang hangin kahit pa puro usok ng sasakyan ang sumalubong sa akin.

Hindi ko p'wedeng hintayin ang tawag ng mga pulis. Walang naghihintay sa tawag nila. Hindi naman ako celebrity o mataas na tao para bigyang-atensiyon ang kaso ko. Ang realidad sa naratibo ng pagsusumbong sa pulis ay laging sa mga binurarang logbook nagsisimula at nagtatapos.

Mabuti at may malapit na Ministop. Bumili muna ako ng 'sang kaha. Sa labas, sa gilid, p'wedeng magyosi. Pagsubo't pagsindi ko, parang first time ang pakiramdam. Paghithit ko'y parang hinalukay ng malambot na mga kamay ang dibdib ko. Pagbuga ko'y parang may mga sumamang masamang espiritu at nakaramdam ako ng kaunting kaginhawaan sa dibdib. Panandalian akong tumunganga sa mga usok na ibinuga ko sa hangin. Kailangan kong bakantehin ang isip kong umaapaw na sa pagkabalisa. Kailangan ko ng mga bagong espasyo para sa mga paparating pang pagkabalisa. Isinasayaw ng hangin ang usok ng yosi. Isinasayaw ng hangin ang mga buntonghininga kong nagkahugis.

May dumaang taong-grasa sa harapan ko, nakabuntot sa kanya ang alaga niyang aso. Kapwa sila marumi. Asong-grasa, kung may gano'n man. Bandang unahan, may tumpok ng basura. Magkatuwang ang mag-among naghukay ng makakain. Hindi naman bihira ang gano'ng tanawin sa siyudad. Malaking salik ang pagtunganga ko kaya parang silang dalawa lang ang nangyayari sa mundo ko sa mga sandalling ito. Sila lang ang may kulay at tunog. Hindi ko napansin, napunggok nang mag-isa ang sigarilyo ko. Pinagbaga na lamang ng hanging humahampas sa akin sa tuwing may sasakyang humaharurot sa kalsada. Pinitik ko ang sigarilyo sa kanal. Unti-unting bumabalik ang ingay ng paligid sa akin. Bumibilis ang tibok ng puso ko. Naparami na nga ako ng sigarilyo.

Kasabay ng kalabog ng dibdib ko ang biglang pagkislap ng kung ano sa isip ko. Random adrenaline rush? Random. Hindi ko alam. Lumakad na ako. Ang malinaw sa 'kin, babalik ako ng university. Sa likod. Sa Tori—sa coffee shop kung sa'n sila gumawa ng school project. Pumara ako ng taxi. Ilang tanggi rin ang inabot ko bago nakasakay. Habang nakaupo sa taxi, hindi ako mapakali. Nagrarambol sa utak ko ang mga posibilidad. Random adrenaline rush. Kailangan kong mapokus. Nagpasintabi ako sa drayber.

"Bossing, okay lang ba?" Sinilip niya ako sa rearview mirror, hawak ko ang kaha ng sigarilyo.

"P'wede ba 'kong humingi ng isa? Nakalimutan kong bumili kanina," tugon ni Manong. Ibinaba ko ang bintana. Kumuha ako ng isa, nagsubo at nagsindi saka ko iniabot sa kanya ang kaha. Kumuha siya ng isa.

"Tatlo kunin mo, boss. Para meron ka pa mamaya." Napangiti lang si Manong.

"Salamat po!" nakangiti nitong sabi sabay kuha ng dalawa pa saka ibinalik sa akin ang kaha.

Isinalansan ng nikotina ang putok ng adrenaline rush. Unti-unti kong hinawan sa isip ko ang mga una kong dapat na gawin. Sana ay kampihan ako ng mga ideyang dala ng ilang minutong pagtunganga at pagsusunog ng baga kanina.

Natatanaw ko na ang university. Nagsindi pa ako ng isa. "Likod ng pamantasan, boss, ha?" paalala ko kay Manong. Tumango lang ito. Nag-message ako kay Benjo. Sinabi ko ang plano ko. Hindi pa nasi-seen.

Hindi ako p'wedeng maghintay na lang. Sa mga oras na 'to, higit bente-kuwatro oras ko nang 'di nakikita ang anak ko. Lampas labindalawang oras nang hindi malaman kung sa'n naro'n. Hindi ma-contact. Hindi rin kasama ng mga huling nakasama kagabi. Wala ring ideya kung sa'n naro'n pagtapos ng school project. Lalo ako. Kaya kailangan kong magsimula kung saan. Hindi p'wedeng isipin ko na lang na uuwi rin iyon. Hayaan ko na lang. Putangina, ito ang isa sa pinakanakatatakot na panahon ng bansang 'to para sa kabataan. Naalala ko ang anak ni Ato na si Alvin. Lalong lumalalim ang pangamba ko.

7
MITO NG PUTING VAN

MGA tagalooban lamang ang makauunawa ng mga hidwaang looban. At ang mga hidwaang ito, kung hindi nauuwi sa bawian o ubusang-lahi ay natatabunan ng maraming panahon ng pagtitimpi. Ngunit sa batas ng looban, laging may puwang sa alaala ng mga naaagrabyado at nang-agrabyado ang kahit na anong klaseng alitan.

Si Belen, masipag na maybahay ni Ato. Madaling-araw pa lamang ay naggagayak na ng mga panindang almusal. Hindi aabot ang alas-nuwebe ng umaga, ubos na ang mga paninda ni Belen. Blockbuster 'ika nga ng mga tao sa looban. Tsamporado, lugaw, ispageti sa atsuete, hamburger na tortang giniling ang palaman, at hotcake na sagana sa mantikilya at asukal. Unahan ang mga tao sa pagbili sa almusalan ni Belen, bagay na lubos na ikinanggagalaiti ni Aling Pasing na siyang matagal nang nagtitinda ng almusal at pananghalian sa looban. Buhat nang magtayo ng sariling almusalan si Belen, madalas na mag-aabot na sa pananghalian ang kanyang panindang almusal. Kung tutuosin nga, nabibili na lamang ang kanyang almusal dahil wala nang magawa ang mga tao kapag ubos na ang paninda ni Belen.

Lahat ng klase na ng paninira ay ginawa ni Aling Pasing para lamang layuan si Belen ng mga tagalooban. Mga tsismis tulad ng may lahing-mangkukulam si Belen at hinahaluan ng kung ano ang mga niluluto nito. Naro'n ding bigyan nito ng malisya ang pagiging mabuti ng isang bantay bayan kay Belen gawa ng pagpapahintulot nitong maglagay ng dalawang piraso ng maliit na lamesa sa harapan ng puwestong-almusalan. Sangkaterbang tsismis ang ipinukol kay Belen ni Aling Pasing, na sa maraming pagkakataon ay walang kinalaman sa sarap ng inihahain nitong paninda. At sa maraming pagkakataon, hindi rin naman pinapansin ng mga taong-looban dahil na rin sa reputasyon ni Aling Pasing na numero unong tsismosa at mapaggawa ng kuwento.

Nakarating sa mag-asawang Belen at Ato ang mga tsismis ngunit hindi na lamang nila ito pinapansin. Ang depensa nila sa lahat ng malisyosong paratang ni Aling Pasing ay pagsasawalang-kibo. Lalo iyong hindi ikinatuwa ni Aling Pasing. Hindi nagtagal, nalugi ang tindahan ni Aling Pasing. Nagsara. Walang ibang pinagkakaabalahan si Aling Pasing kundi ang pagiging full-time tsismosa. Lugmok si Aling Pasing. Ramdam iyon ng kanyang mga anak na nakasandal sa kanya kahit pa may mga sari-sarili nang pamilya. Nangako ang panganay nitong anak na si Monching na darating ang araw, maibabalik nila ang almusalan ng ina.

Bago ang Facebook, may mga balitang-siyudad na kumalat tungkol sa mga kultong gumagala at nangunguha ng mga bata. Takot na takot ang mga bata't magulang. May mga sabi-sabi pang dinadasalan daw ng mga miyembro ng kulto ang tsinelas ng mga bata para mapasunod ang mga ito. Kaya ang mga tsinelas na noo'y nasa labas ng bahay, nakaugalian nang ipasok ng mga magulang. Paglaon, kumupas ang balita. Humupa ang takot.

Pero nito lang, mistulang nagkaroon ng reinkarnasyon ang lumang bali-balita. Ngayong mayro'n nang Facebook, nabago ang naratibo. Puting van na nangunguha ng bata. Ang mga nakukuhang bata ay tinatanggalan ng internal organs para ibenta sa mga ospital. Iba ang dating ng balitang ito sa panahon ng social media. May mga litratong kumakalat—mga batang biyak at bukas ang katawan, CCTV footage ng pagdukot sa mga bata, at statement ng mga kamag-anak daw ng biktima. Lahat ng ito madalas pang matagpuan sa mga kahina-hinalang news sites na ibinabahagi sa Facebook. Mas marami ang naniniwala kaysa humahamon sa integridad ng balita. Ito ang panahon na para sa marami, totoo ang balita kapag nasa Facebook at maraming share at like.

Sa Dreamland, talamak ang ungguyan ng mga pulis at kartel. Naging matunog ang mainit na pag-surveillance ng grupo ni Bautista—bagong COP ng Pateros—sa grupo ni Kwestyon, ang natitirang source na hindi pa natitibag at hindi rin naman ginalaw noong mga unang taon ng giyera kontra-droga. Iba ang tindi ng kapit ni Kwestyon sa taas. Nang marigodon ang mga opisyales sa lugar, malaki ang ibinaba ng lagay ni Kwestyon. Hindi iyon ikinatuwa ni Bautista. Kaya naman target nila ang grupo ni Kwestyon—ang drug money at mismong mga item nito na hindi bababa sa 1.5 million pesos ang halaga.

Iba ang katapatan ng mga tao sa Dreamland kay Kwestyon. Kaya naman hirap ang grupo ni Bautista na masakote ito. Pero hindi mauubos ang angas at yabang ni Bautista. Gamit ang kapangyarihan at impluwensiya, nakakuha siya ng mga tao sa loob ng Dreamland na titiktik sa mga galaw at transaksiyon ng grupo ni Kwestyon. Nang dumalang ang pagpuwesto ng mga parokyano ni Kwestyon, nakatunog siya sa galaw ni Bautista. Pero ang higit na iniingatan niya ay mga malakihang tawid ng item sa Parañaque at Las Piñas kung sa'n mga malalaking negosyante ang humahango sa kanya. Napalampas ni Kwestyon ang pagtumal ng mga dayo sa Dreamland. Pero hindi ang isang pagkakataong muntik nang maharang ang mga bitbit nila papalabas pa lang ng tulay na bato. Naantala ang tawid ng mga item at kalahating milyon ang halaga ng transaksiyong nabulilyaso.

Hindi nagkaroon ng alyas na Kwestyon si Kwestyon dahil wala lang. Ipinatunton niya sa mga tao niya kung sino ang nanghuhudas sa mga lakad nila. Lahat ng posibleng asset sa lugar, inisa-isa. May ilang diretso nang itinumba. Ang iba, kumanta. Nagturo. Doon nabuo ang kontra-galaw ni Kwestyon sa operasyon ni Bautista.

Renato Mirasol ang ibinigay na pangalan ng isang asset. Kapalit ng ulo niya, kailangan niyang ituro ang tumatayong lider ng mga asset ni Bautista. Renato Mirasol o mas kilala sa palayaw na Ato sa Dreamland—walang kaaway, palabati sa mga kapitbahay, may marangal na hanapbuhay. Mga bagay na sabi ng nagturong asset, mga katangiang nagustuhan ni Bautista kay Renato gawa ng hindi ito basta-basta mapagsuspetsahan. Ang tip pa ng asset, ginagawa raw spot ang almusalan ng asawa nito para magmanman at kumuha ng impormasyon lalo sa mga suking user at pusher.

Binaligtad ni Kwestyon ang galaw. Nagpakain ito ng maraming impormasyon sa kabila. Ang basa ng grupo ni Bautista, marami nang naipit na transaksiyon si Kwestyon kaya naman susugalan nitong maitawid ang mga item kahit pa mainit sila. Ibig sabihin, handa sa anumang engkuwentro ang mga ito. Naghandang maigi ang grupo ni Bautista. Coordinated sa Anti-Illegal Drugs group sa mga karatig-siyudad. Sa loob-loob ni Bautista, ito ang mapapala ng mga sindikatong hindi rumerespeto sa kapangyarihan ng tsapa. Natatapos ang pamamayagpag ng isang sindikato sa oras na tumanggi itong tsumupa sa burat ng kapangyarihan ng mga tagapagtupad ng batas.

Nagbago ng ruta, oras ng lakad, at sasakyang gamit ang mga tao ni Kwestyon. Alam iyon ni Bautista. Mandaluyong ang bagsak ng item. Rush hour ang banat. Nakaposisyon sa Hulo ang mga coordination ni Bautista. Puting L300. Ambush checkpoint, checkpoint na bigla na lang lumitaw kung saan. Pinababa ang tatlong sakay ng L3, hinalughog ang sasakyan, walang ibang laman kundi kahon-kahong sabon panlaba. Hindi gaya sa pelikula, hindi naman talaga ikinakaskas sa loob ng bibig ang mga item para mapatunayang item ang nakumpiska. Kagaguhan 'yon. At lalong hindi 'yon gagawin ng awtoridad kapag sabong panlaba ang nasabat nila. Gayunpaman, para hindi mapahiya ang operasyon, tinaniman ang mga ito ng item at baril saka dinala sa presinto.

Labis na kahihiyan ang inabot ni Bautista. Hiyang-hiya ito sa mga kabaro. Unang beses sa buhay ni Bautista—na lampas-langit ang bilib sa sarili—ay tumiklop sa hiya sa ginawang pang-aabala sa mga coordination para lang sa isang bulilyasong operasyon. Iyong gabing iyon, nag-text ang asawa ni Bautista. May bangkay raw sa bahay nila. Hindi kilala ng asawa ni Bautista ang bangkay. Sinikaran ng nerbiyos sa dibdib si Bautista. Nagmamadali itong umuwi. Alam niyang si Kwestyon ang may kagagawan no'n, wala nang iba.

Pagdating nito sa bahay kasama ang mga tauhan niya, inabutan niyang takot na takot ang asawa habang karga-karga ang sanggol pa lang nilang anak.

"Ano'ng nangyare dito, nalooban ba tayo?" tanong ni Bautista sa asawa.

"Hindi ko a-alam, hindi pa ako umaakyat ng k-kuwarto, Doy! Bumili lang ako ng gatas ni Baby, pagbalik ko may bangkay na sa kusina naten, Doy!" Nanginginig ito habang nagkukuwento sa asawa.

Tumawag ng responde ang mga tauhan ni Bautista. Mabilis ang dating ng mga ito, 'di tulad sa mga adik na na-tokhang sa mga mababahong looban na inaabot ng ilang oras bago dumating ang SOCO. Pagdating ng responde, sipat sa crime scene, kuha ng possible identification materials sa bangkay. May school ID, Alvin Joseph P. Mirasol. Panayam sa maybahay ni Bautista, litra-litrato at fill-up ng mga CSI forms. Habang si Bautista at mga kasama, umakyat muna sa kuwarto para magpagulong ng bato sa palara.

"Putanginang Kwestyon 'yan! Magkikita rin kami!" singhal ni Bautista sabay higop sa usok na parang humigop lang ng mahabang nudels.

Kabilin-bilinan ni Bautista na klaruhin ang mga reports. Walang nangyari sa kanyang bahay. Walang kahirap-hirap iyon sa mga imbestigador. Lingid din sa kanyang kaalaman, alaga ni Kwestyon ang mga ito.

Pagtapos ng imbestigasyon, turn-over ng bangkay sa morge. Pag-alis ng tao ng mga pulis ay siya namang dating ng mga tauhan ni Sonny Boy—katransaksiyon ni Kwestyon. Alam na ng embalsamador ang gagawin. Ginupit nito ang damit ng bangkay. Tumambad sa kanya ang mahabang tahi mula pusod hanggang pagitan ng dibdib at sikmura. Maingat na tinanggal ng embalsamador ang tahi. Binuksan ang katawan ng bangkay sa tulong ng matalim na scalpel. Nakasiksik sa mga lamanloob nito ang mga bloke ng kristal na sobrang higpit ng pagkakabalot. Isinilid ng embalsamador ang lahat ng bloke sa malaking bag na dala ng mga tao ni Sonny Boy. Nag-iwan ng isang bungkos ng tiglilimandaan ang mga ito sa embalsamador at mabilis na nilisan ang morge. Matagumpay na naitawid ni Kwestyon ang transaksiyon habang patuloy na tinatarantado si Bautista.

Madaling-araw na nang dumating sa morge ang mag-asawang Belen at Ato para kumpirmahin kung ang anak nga nilang si Alvin ang itinawag sa kanila ng mga pulis. Nang ibaba ng personel ang puting kumot, napahagulgol at lupasay na lamang si Belen.

"Albeeeeeen, dyusko, sino'ng gumawa sa 'yo nitoooo! Albeeeen! Albeeeeeeen!" palahaw ni Ato.

Ayon sa report at imbestigasyon ng pulis, si Alvin ay biktima ng sindikatong nanunguha ng bata para kunan ng internal organ at ibenta sa mga ospital. Iyon ang ginamit na naratibo ng mga tao ni Kwestyon sa loob ng pulisya. Walang nagawa ang mag-asawa kundi maniwala at maghinagpis. Wala ring nagawa si Bautista kundi pagmasdan na lamang na nasusunog sa harap niya ang mga pagkakataong masakote si Kwestyon, si Kwestyon na sa palagay niya ay mabibingwit niya na. Ngayo'y siya ang lumalabas na nabitag sa sarili niyang lambat.

Buhat nang mawala si Alvin, hindi na muling nagbukas ng almusalan si Belen. Ibinuhos niya ang oras sa walang-humpay na pakikipag-ugnayan sa mga pulis sa pag-asang mahuhuli ang mga gumawa ng kasalbahiang iyon sa kanyang mahal na anak. No'n di'y bumalik si Aling Pasing sa pagtitinda ng almusal. Dahil wala namang pagpipilian, ang mga taong-looban ay napilitan na lamang bumili kay Aling Pasing. Lugaw na walang lasa, lumpiang togeng maanta, ispageti ketchup na lasang tinola, pansit na malata at kung ano-ano pang putaheng parang daig pa ang naengkanto.

Walang kamalay-malay ang mag-asawang Belen at Ato na tinuruan sila ng leksiyon ng grupo ni Kwestyon dahil sa pagiging mata at tenga ni Bautista sa looban. Hindi nila matututunan ang leksiyon dahil kahit kailan ay hindi sila nasangkot sa usaping kalakalan ng bato sa Dreamland. Lalong hindi sila mata at tenga ng mga pulis. Hindi nila matututunan ang kahit na anong leksiyon dahil wala silang kaalam-alam sa ugat ng malagim na sinapit ng anak—bukod sa ibinigay na report ng pulis. Ang alam lamang nila, magbanat ng buto, lumaban nang patas at huwag maging dahilan ng paghihirap ng kapwa. Wala silang kaalam-alam na ginamit silang palit-ulo ng asset na si Monching.

Sa ngayon, ang kaya lang gawin ng mag-asawa, ipagluksa ang nangyari kay Alvin. Ingatan ang mga alaala ng anak na mapangarapin. Magpabaha ng luha. Kausapin ang langit. Huwag mapagod maghanap ng hustisya.

8
MALIKMATA

UM-ORDER ako ng pinakamurang kape. Sumolo ako sa mesang alanganing pandalawahan. Tambayan nga ito ng mga estudyante. Pero lamang ang nakatambay lang sa nag-aaral. Inikot ko ang aking tingin. Nasa tapat ko ang minesahan ng grupo ni Ali. Tanda ko ang anggulo at background na salaming pinto. Kita ang tanawin sa labas. Paglabas nitong coffee shop, kaliwa o kanan lamang ang pupuntahan ng sinumang lalabas. Para makatawid, kailangang mag-overpass. Malabo ang makapag-jaywalk gawa ng matataas na kongkretong barikada. Pinagmamasdan kong maigi ang mga taong pumapasok-lumalabas, pumapara ng taxi, lumalakad pakanan, lumalakad pakaliwa. Madalas na puno ang mga jeep na dumadaan. Kaya siguro lumalakad pa ng ilang kanto ang mga estudyante para makasakay.

Bago ako magpunta rito, inunahan ko na ang sarili ko sa mga bagay-bagay na makadidiskarel ng lakad ko. Kaya naman nag-message ako agad kay Chris. Bago ko hingin ang pabor, ipinaliwanag ko sa kanya ang sitwasyon. Kailangan ko ng access sa mga CCTV ng mga establisimyento—mula sa Tori hanggang kung sa'n posibleng tumahak si Ali. Business Permit and Licensing Officer si Chris sa Kapitolyo. Nasa kamay ng BPLO ang pagdidikit ng mga poster ng closure ng mga commercial establishments. Ang mga business owner, nanginginig sa tuwing may inspeksiyon ng BPLO. Kaya naman maliit na pabor para kay Chris ang pag-endorso sa akin sa mga establisimyento.

Bumwelo ako nang kaunti, inubos ang kape bago lumapit sa manager ng shop. Abala ito sa pagdutdot ng calculator sa area ng pastries.

"Magandang araw po, ako po si Rey Ven—"

"Good day, sir! Kayo po yung kay Sir Chris Tamayo?" pakli niya. Hindi ko pa natatapos ang pagpapakilala ko, alam na niyang ako 'yong inendorso ni Chris.

"Opo, makiki-access po sana ako ng CCTV recording ng store kagabi."

"Opo, opo, sir! Nabanggit na po ni Sir Chris. One moment po, sir, ha?" Napakagalang ng manager. Hindi ko 'ata 'to tatamuin kung hindi dahil kay Chris. Isa pa, medyo mabigat ang hinihingi ko. Access sa CCTV. Sino'ng tarantadong commercial establishment ang magbibigay ng access sa isang random na mama? Pero dahil may Chris Tamayo, walang hassle. Baka pakapehin pa ako nito, katatapos ko lang.

"Don-Don!" tawag nito sa isang server. "Don!" ulit nito. Medyo malakas ang huntahan ng mga estudyante sa loob kaya kinailangan niyang tawagin ito nang ilang beses.

"Yes, ma'am, po?"

"Pakisamahan si Sir kay Kuya Rufo sa taas, please. Thank you!" suyo ng manager sa server.

"Tara, sir. Dito po," turo niya ng daan sa akin paakyat. Nasa ikalawang palapag ang operating room ng CCTV.

Pagdating namin sa room, naro'n ang isang mamang mahaba ang buhok, nagko-crossword puzzle.

"Kuya Rufo," anas ng server, hindi agad lumingon. Nagkatinginan kami ng server. Tutok ito sa crossword puzzle. Hinintay namin itong matapos sa linyang parang kanina niya pa binaba-baran.

"Naknamputa, almires ang bwakanangina! Almires." Mukhang nakuha na niya ang sagot.

"Kuya Rufo, pinapasuyo ni Manidyer," balik ng server. Nagayos ng upo si Mang Rufo, pumindot-pindot sa computer. Sumibat na ang server.

"Anong oras?" pirming tanong nito. Hindi ko naman naunawaan agad kaya hindi rin ako agad nakasagot. "Anong oras yung titignan na footage?" pagkokompleto nito.

"Ahh, boss, sorry. Ahh, 7 hanggang 8. "

Pindot, pindot. Click, click. Singhot. Nang ma-backtrack niya ang footage kagabi, sa oras na hiniling ko, dagli niyang ipinakita sa akin. Limitado ang tanaw ng CCTV camera—paglabas ng shop, kalsada sa tapat, tutok sa barikada, sa mga sasakyang nagdaraan. Oras sa bandang kanan, ibaba, 7:49 p.m., lumabas si Ali mag-isa. Parang tinurukan ng kung anong kemikal ang gulugod ko. Sa loob ng bente-kuwatro oras, ngayon ko lang nakita si Ali, kahit sa CCTV footage lang. Tama ang sinabi ni Yssa. Bago mag-alas-otso, sumibat na ito. Sa kanan ang tahak niya. Nagtatapos ang impormasyon ng CCTV camera ng Tori paglabas ni Ali sa frame ng footage.

"Anak mo?" usisa ni Mang Rufo sa 'kin. Tumango ako. "Kung susundan mo 'yan, maipapayo ko, doon ka na magsimulang makisilip sa pangalawang kanto. Ang hilerang ito, puro palamuti ang CCTV. Panay hindi 'yan gumagana. Simulan mo sa itaas ng Dunkin, may notaryohan doon sa taas, doon ka makisuyo," payo ni Mang Rufo.

"Maraming salamat po!"

"Kung naghahanap ka ng nawawala, maigi ang makatipid ng lakas, ano."

"Opo."

"siya." Tumalikod na ito sa 'kin at nagtuloy sa crossword puzzle.

"Salamat po ulit, mauna na po ako." Nag-angat lamang ito ng kamay. Bumaba na ako at nagpasalamat sa manidyer at server. Bago sumibat, nagtimbre ako kay Chris tungkol sa notaryohan sa itaas ng Dunkin. Nagmamadali kong nilakad ang pangalawang kanto. Dalawang yosi ang naubos ko bago ko natanaw ang Dunkin. Sa taas, may lumang opisina. Notaryohan daw ito sabi ni Mang Rufo. Mukha naman. Umakyat ako. Dinig ko ang atungal ng Xerox copy machine habang binabagtas ang hagdan pataas. Pagdating ko sa opisina, sa labas may photocopy service. Lumang Xerox machine nga. Lakas ng atungal. Dumiretso ako sa opisina. Maliit lang. May tatlong mesa, tambak na mga papel. Amoy labanos, humalo na sa lamig ng air-con. Kumatok ako sa salaming pinto. Pinagbuksan ako ng isang ale.

"Ah, magandang araw po."

"Kayo po yung kay Sir Chris?" salubong nito sa 'kin.

"Opo."

"Dito po tayo, sir," itinuro sa 'kin ang daan. Sa isang sulok nakalagay ang computer na nakakonekta sa kanilang CCTV camera. Isang binatang mistulang OJT ang nangangasiwa.

"Efren, pakisilip mo nga yung inaano nito ni Sir," utos ng ale sa binata.

"Opo, ma'am. Ni-ready ko na po pagtawag ni Sir Chris kanina." Sa isip-isip ko, 'pag bata talaga, listo, aktibo, bibo. "Ito po, sir," baling sa 'kin ni Efren. Click ng play button. Sa kantong ito, lumiko ulit pakanan si Ali. Nakahimpil lamang siya. Manaka-naka ang silip ng timer sa kanan. May dalawang minuto at bigla'y dumating ang isang sasakyang itim. Sumakay si Ali.

"Makiki-pause," hiling ko kay Efren. Ihininto niya. "Kayang i-zoom?" hirit ko, siya niya namang zoom. Salamat teknolohiya. Black Vios. DKT 0925.

"P'wede n'yong litratuhan, sir." Nilitratuhan ko nang naka-zoom in at normal view.

"Salamat, Efren."

"No problem po."

Nagpaalam na ako sa ale na hindi ko man lang nakuha ang pangalan sa sobrang pagmamadali ko. Bumalik ako sa presinto para humingi ng kopya ng blotter. Hindi ko na ni-report sa kanila na nakakuha ako ng lead para mahanap ang anak ko. Aksaya lang ng oras. Humingi lang ako ng kopya ng blotter para may maipepresinta ako sa LTO. Nag-update ako kay Benjo. Ibinalita ko ang mga nakuha kong impormasyon. Pagka-seen ng message ko, dagli itong tumawag.

"Sa Diliman ang LTO main."

"Oo nga."

"Sa'n ka ngayon?"

"Dito sa labas ng presinto, naglalakad na."

"Samahan na kita, out na 'ko."

"Sa'n tayo kita?"

"May Andoks d'yan sa kabilang kalsada, may dine-in yun. Outdoor dining, p'wede magyosi. Dun mo 'ko hintayin. 20 minutes."

"Sige, patawid na 'ko. Mamaya na lang ulit."

Pagtapos ng call, tumawag naman ako kay Chris.

"Hello, Rey, 'tol. Okay na?"

"Chris, 'tol. Salamat. May mga nakuha ako."

"Nasa'n si Ali?"

"Dun sa isang CCTV sa may kanto, sa taas ng Dunkin, nakita siyang parang nag-aabang. 'Tapos may dumating na black Vios, sumakay siya."

"Nakuha mo plate number?"

"Oo, 'tol. Nilitratuhan ko. Papunta akong LTO ngayon para ma-trace ito."

"Nauna ka pa magka-lead sa pulis."

"Ano ba'ng aasahan naten?"

"Ingat ka, Rey."

"Salamat, Chris, 'tol!"

"Anytime."

Tumambay ako sa Andoks. Yumosi. Binalikan ko ang litrato. Iniisip ko, maaaring Grab car ito. Pero bakit hindi na lang sa tapat ng Tori? Kunsabagay, mahirap ang daanan sa harap ng Tori. Maaari ring sasakyan ng barkada. Paulit-ulit ko lang tinitigan ang litrato habang hinihintay si Benjo. Alam kong walang magbabago sa litratong ito kahit pa magdugo ang mga mata ko katititig. Zoom in, zoom out. Kinakain ng sinag ng araw ang puwesto ko, dagdag sa alinsangan pa ang nakapapasong tama nito. Lumipat ako sa kabilang upuan. Pagtayo ko, nakatingin pa rin ako sa phone, sa litrato. Nalaglag ko pa ang yosi sa pantalon ko. Putangina. Namantsahan pa ng upos ang paborito kong pantalon na tatlong linggo nang walang laba. Pagbaling ko ng tingin sa phone, parang may kakaiba. 'Di ko alam kung namamalikmata ako o ano. May kung ano sa litrato. Pero hindi ko naman maaninag nang maayos gawa ng tama ng galit na galit na liwanag ng araw.

Nawala ang larawan sa screen nang biglang tumawag si Benjo.

"Oh?"

"May yosi ka pa?" tanong nito. Sinilip ko ang kaha. Dalawang stick na lang.

"Pasuyo."

"Dito ko Mercury, e. Bumili 'kong Saridon. May Bensele, bili na din akong yosi."

"Saridon saves."

"Is the shit."

"10 minutes, d'yan na 'ko."

"Ingat."

Binalikan ko ang litrato. Tumapat ako sa may sinag ng araw. Hindi ko maaninag nang maayos 'yong imaheng parang nakita ko kanina. Inaangguluhan ko. Tinabingi ko pa ang phone nang kaunti, bakasakaling mahuli ko. Bigla kong naisip, para akong tanga. Umupo ako sa malilim banda. Balik sa litrato. Edit. May option ng pang-adjust ng brightness. Tanga. Engot. Tinaasan ko ang brightness. Hindi ako namalikmata. Hindi nag-iisa si Ali sa backseat. Hindi solid tint ang bintana. Madilim lang talaga ang kuha sa CCTV camera. May katabi si Ali sa backseat.

9
WALANG UMIIRAL NA LIHIM SA LOOBAN

ANG katotohanan ng kasabihang 'walang lihim na hindi nabubunyag' ay laging nakadepende sa sitwasyon. Ang daming lihim ng mundo na sa paglikdaw ng panahon ay naging misteryo na nga—kaya nga walang-humpay ang tao sa pagtuklas at paglutas ng mga problemang nakaugat sa mga kasaysayan. Sa looban, ang kasabihang ito ay pinagtibay at binibigyang-katwiran ng masustansiyang kultura ng tsismisan. Kaya naman walang lihim na hindi mabubunyag sa bawat loobang mayro'n sa Maynila. Pribilehiyo ang magtago ng lihim. Luho. Wala kang karapatang maglihim sa mga kapitbahay na madalas ay walang ibang inatupag kundi ang pag-usapan ang buhay ng may buhay kaysa maghagilap ng maisasaing at maipalalamon sa kanilang mga anak. Madalas ay mga anak pa nga nila ang nagpapalamon sa kanila.

Pero sa pagkakataong ito, magkakaroon ng saysay ang madalas na walang kasaysayang mga tsismisan sa mga sulok ng looban. Nakarating kay Ato ang ginawa ni Monching. Partikular na naghatid ng balita ay si Menggay, asawa ni Turo na naunang inutas ng grupo ni Kwestyon dahil sa pagtuturo ni Monching. Sa igiban, nasagap ni Ato ang lahat ng detalye mula kay Menggay.

"Si Monching, alam naman ng lahat dito na tao ni Kwestyon 'yan. Kaya nuknukan ng yabang. Aba'y nang ipitin ng mga pulis, nagturo nang nagturo. Una si Turo, 'tapos iyong si Alvin mo," ani Menggay.

"Bakit si Alvin namin nadamay?" inosenteng tanong ni Ato.

"Laki ng inggit sa inyo niyan, ha? Yung almusalan na lang ni Belen, kaya walang nabili ke Pasing, 'di ba? 'Ta mo, nung huminto si Belen, siyang balik ni Pasing." Ang tono ni Menggay ay mistulang nambubuyo.

Mabagal ang andar ng pila sa igiban ni Mang Esteban. Habang pinapasukan ng impormasyon ang utak ni Ato, lalo itong naiinip. Ang inip na nagsisilbing apoy na nagpapakulo sa kanyang dugo. Hindi siya naiinip sa paghihintay ng turno sa poso. May mas mataas na antas ng inip na kumakati sa kanyang bumbunan.

"Putangina 'yan si Monching! Lalong yumabang nang asuhin ng pulis! Hmpff, hmpffpk!" hihikbi-hikbing sabi ni Menggay. "Si Turo, pinatay nila sa harap ni Bon-Bon at Mikay, ang babata pa ng mga anak namin para makakita ng gano'n, Ato!" Naiyak na nga si Menggay.

Hinagod ni Ato ang likod ni Menggay. Tinginan ang mga malisyoso-malisyosa, puto-putang mga kapitbahay sa paligid. Kinuha niya ang nakasiksik na sigarilyo sa gilid ng tenga—nagsubo, napansin niya ang panginginig ng kanyang mga labi.

"May yosi ka pa, 'to?" tanong-hingi ni Menggay. Kinuha ni Ato ang nasa kabilang tenga at inabot sa kanya. "Salamat, Ato."

Tahimik lamang si Ato, matamang pinagmamasdan ang nakahilerang mga timba, balde, planggana.

"Ato, ang sabi-sabi, yung almusalan daw ang ginagamit n'yong prant para magmanman sa mga galaw ni Kwestyon sa looban. Sabi-sabing galing lahat kay Monching, Ato."

Pinitik ni Ato ang sigarilyo sa estero. "Mauna na muna ako, 'Gay," paalam ni Ato. Bitbit ang dalawang timbang wala pang laman, dagli nitong nilisan ang igiban. Mabilis ang pag-uunahan ng mga paa ni Ato. Hindi niya alam kung sa'n siya paroroon. Pakiramdam niya, nagkaroon ng sariling buhay ang mga paa niya at binti at tinuturuan siya kung saan dapat na magpunta. Mabilis ang kalabog ng kanyang dibdib. Butil-butil ang pawis, sige ang lakad, sige ang tahak-lusot sa mga eskinitang isang taong nakatagilid lamang ang kasya. At natagpuan niya ang sarili niya sa labas ng bahay ni Monching, sa harap ng kainan ni Aling Pasing.

"Ano'ng aten, Ato?" bungad ni Aling Pasing habang nagbubugaw ng mga langaw.

"Nariyan ho ba si Monching?" bantulot na tanong ni Ato. Luminga sa bahay si Aling Pasing.

"Tseeeeng! Me naghahanap sa 'yo!" sigaw nito sa direksiyon ng bintana ng bahay.

Patuloy ang pagtagaktak ng pawis sa mukha ni Ato. Mahigpit ang kapit niya sa mga timba.

"Sandaleeee!" sigaw galing sa bahay.

Malakas ang yabag ng mga paa nito. Lumalagutok sa pobreng hagdan na reta-retasong tabla. Paglabas ng bahay, natigilan siya nang makita si Ato na nakatitig sa kanya. Natigilan ito. Sa isip-isip niya, marahil ay nakarating na sa pobreng ama ang balita.

"Ano'ng aten, Ato, napadpad ka dito?"

"Ikaw ba ang nagdawit kay Alvin sa mga nag-a-asset dito sa looban?" diretsong tanong ni Ato.

"Hindi lang asset ang anak mo, pusher pa!" singhal ni Monching kay Ato.

Tumingin sa kaliwa't kanan si Ato. Napukaw agad ng eskandalosong bunganga ni Monching ang atensiyon ng mga taong-looban na laging naghihintay ng mga ganitong uri ng komosyon. Si Aling Pasing naman, wala lang, sige ang dutdot sa cell phone at chat sa Bumbay na kalandian.

"Hindi tulak ang anak ko," malumanay na sagot ni Ato.

"Sino ba tinutumba, 'di ba mga tulak, user? O, e ano'ng nginangawa n'yo mag-asawa?" mayabang na dikdik nito kay Ato.

"Sinasabi mong ikaw nga ang nagdawit sa anak ko?"

"Kailangan bang idawit ang dawit na? Matagal nang tinitiktikan 'yang anak mo. Akala mo kebaet-baet, e isa rin namang loko!" pagpapatuloy ni Monching.

Hindi na nakapagsalita pa si Ato. Para itong estatwa sa harapan ni Monching.

"Lumayas-layas ka na dito, Ato, at baka 'di kita matantiya. Pasensiyahan tayo," bugaw nito kay Ato na para bang isang langaw na dumapo sa isang gintong tae.

Dinig na dinig ni Ato ang mga buyo ng mga kapitbahay.

"Wala ka pala, e."

"Suntukan na 'yan."

"Wala, bayot."

Batid niya ang nais na mangyari ng paligid na burong-buro sa buryong at paulit-ulit na ikot ng buhay sa looban. Tumalikod siya at nagmamadaling lumakad papalayo nang biglang isang lumilipad na nagpuputik na ispartan ang pumektus sa kanyang ulo. Tumigil siya sa paglalakad, nilingon ang pinanggalingan ng tsinelas.

"O, ano?" pambubulas ni Monching.

Nanunuot ang hiyawan, tawanan sa kanyang pandinig. Lugar iyon ni Monching at wala siyang magagawa kundi ang lumakad papalayo. Mabilis niyang nilisan ang sulukang iyon bitbit ang nag-uumapaw na galit sa dibdib; gumagapang sa mga ugat ng sentido, sumasapi sa mga butil ng pawis. Pag-uwi ng bahay, nagtataka si Belen kung bakit inabot ng ilang oras sa labas ang asawa at pagbalik ay wala namang lamang tubig ang mga timbang bitbit nito.

"Putangina 'yan si Monching, putangina 'yan!" singhal ni Ato.

Tahimik lamang si Belen. Tila ba hindi na ito nagulat sa pinagmumulan ng galit ni Ato. Naghihintay si Ato na tanungin siya ni Belen ngunit nanatiling tikom ang bibig nito.

"Alam mo ba?" tanong ni Ato.

"Hindi ko iniintindi ang mga sinasabi nila d'yan sa labas. Ang tanging hiling ko lang, mahuli ang sindikatong numakaw ng lamanloob ng anak natin," hihikbi-hikbing sambit ni Belen.

Hindi na nakipagtalo pa si Ato sa asawa. Hinayaan niya na lamang muna itong maniwala sa mga impormasyong ipinakain sa kanila ng mga pulis. Batid niyang mistulang lulong sa kung ano ang asawa sa masyado nitong paniniwala sa gawa-gawang kaso ng mga awtoridad na alam naman ng mga beteranong halang sa looban na kasamahan din naman ang mga ito ng mga nagpapatakbo ng kartel—mapa-smol time o big shat. Sa loob-loob niya, minangmang na 'ata ng pagiging mabuti ang kanyang asawa. Maging siya, sa palagay niya, sa paglaban nang patas, sa pagiging mabuti sa kapwa ay parang kinakain na siya nang buhay ng mga naglipanang demonyo sa maliit na mundong ginagalawan nila. Ang akala nila, sa paggawa ng mabuti, may sukling kabutihan din ang Panginoon. Ngunit hindi ang Panginoon sa langit ang nagdidikta ng kapalaran ng mga taong-estero sa lupa kundi ang mas malalakas, batak ang konsensya at hindi kumikilala ng pagdurusa ng kapwa.

Sawa nang lumaban nang patas si Ato. Sa bukbukin nilang aparador, hinalungkat niya ang matagal na niyang hindi nahahawakang bente-nuwebe, ang tanging pamana sa kanya ng amang Sputnik bago ito mapatay sa pana ng mga kaaway sa itlugan pagbaba ng tulay na bato.

Inaral niya ang oras ng labas ni Monching; kung sa'n ito naghihintay ng pasahero, ano'ng oras ito umuuwi. Isang gabi, sa paresan ni Ebong na silbing terminal ng habal sa labasan, natiyempuhan ni Ato na nag-iisa si Monching, abala sa cell phone, nag-aabang ng pasahero. Tangan ang bente-nuwebe, wala siyang nakikitang dahilan para hindi iyon itarak sa lalamunan ni Monching; ang putanginang walang-'yang si Monching. Panakbo niyang dinamba ang walang kamalay-malay na si Monching.

Umunday ng saksak si Ato at agad iyong nasalag ng helmet ni Monching.

"Putangina mo, ikaw ang pumatay sa anak ko, putang'na mo ka!" basag na bulyaw ni Ato.

Nasa ilalim niya si Monching. Sumunod na unday, nadaplisan niya ito sa braso. Sige ang salag ni Monching gamit ang helmet. At bigla'y may sumipa sa mukha ni Ato. Talsik si Ato, nawala sa balanse. Mabilis na bumangon si Monching. Listo ring tumayo si Ato. Ngunit pag-ikot niya ng kanyang paningin, may lima-anim nang motor sa paligid, responde ng mga kasamahang habal ni Monching. Dahan-dahan at papalapit sa kanya ang mga ito. Dahan-dahan din ang kanyang pag-atras. Mabilis ang kalabog sa dibdib, tangan niya ang bente-nuwebe at nakaamba sa mga papalapit sa kanya. Hanggang sa hindi niya namamalayang pader na ang naatrasan niya at lumiit na ang espasyong naghihiwalay sa kanya at sa mga habal. May isang humudyat at mabilis, kinuyog nila si Ato. kanya-kanyang hampas ng helmet. Tadyak. Sapak. Dumampot ng malaking tipak ng bato si Monching at isinargo sa mukha ni Ato. Talsikan ang mga dugo. Basag ang mukha ni Ato. Laglagan ang ngipin sa harapan. Nawalan ng malay.

Wala na siyang nararamdaman. Isinuko na niya ang kanyang humpak na katawan sa pambubugbog ng mga kasamahan ni Monching. Madilim na. Wala na rin siyang nadidinig. Walang kahit anong liwanag bukod sa mga kislap ng sapak at tadyak sa kanyang mukha. Iniwan siyang nakahandusay sa gilid ng kalsada. Duguan. Sira ang damit. Basag ang mukha. Walang-malay.

10
MAKONG

PAGTAPOS magyosi, bumiyahe na ang dalawa. Pansin ni Rey ang tila balisang si Benjo. 'Di matigil kahahagod ng sentido habang nagmamaneho.

"'Di tumama yung Saridon?" tanong ni Rey.

"Parang hindi, tangina," dismayadong tugon ni Benjo.

Kinalag ni Rey ang kanyang seat belt at pumunta sa backseat. Kinapa-kapa nito ang mga sulok ng seat.

"Ano'ng hinahanap mo d'yan?" usisa ni Benjo.

"Ito!" sabay wasiwas ng maliit na tea bag ng chongki.

"Putangina, bakit ka nag-iipit ng item d'yan? Mamaya matiyempuhan ako sa checkpoint, gago ka talaga."

"Gago, tira natin 'to nung nakaraan. Inipit ko lang dito." Dinukot niya ang kaha ng sigarilyong may dalawang pirasong laman na lamang, kinuha ang palara at ginawang pipa at saka ikinarga ang tirang item na lamang na nga sa buto.

"May Seben Eleben dun sa unahan, park muna tayo saglit. Bili akong kape," anas ni Rey sabay abot ng pipa. "O, siguro naman ito tatalab na?" Kinuha ni Benjo ang pipa. Pumark sila sa bandang gilid ng free parking sa tapat, dikit sa mataas na pader, tago sa mata ng mga dumadaan at ibang nagpa-park.

Tumakbo si Rey sa loob ng Seben Eleben para bumili ng City Blends—French vanilla, dalawang medium, bumili na rin ng

Bambini spray cologne. Pagbalik niya sa sasakyan, pagbukas ng pinto, sinalubong siya ng panghi ng usok ng chongki.

"Okay pa?" tanong ni Rey sabay abot ng kape kay Benjo.

"Meron pa naman, ayos pa. Uhughm!" tugon ng uubo-ubong si Benjo.

Inispreyan ni Rey ang buong sasakyan ng Bambini cologne, pantabon sa lakas ng amoy ng usok ng chongki.

"Bambini ocean kisses 'yan, ah? He-he! May Bambini pa pala?"

"Ayos ba?"

"Oo, tangina, pabango ni Rose 'yan nung high school tayo."

"Para masaya lalo trip mo."

"Ha-ha, gago."

"Perslab neber dize and K9," kantiyaw ni Rey.

"Ulol, ha-ha!" Sige ang higop ni Benjo ng kape.

"Problema kasi, 'di ka agad bumili ng traysikel," hirit pa ni Rey.

"'Na mo, gago, ha-ha-ha! Wala, e. Panis sa TMX. Washing pala gusto ni Rose, ha-ha!"

"Trike and hustlin', hoodstah crip, yo, yo."

"Tara na, gago. Hinahanap natin anak mo."

"Hinulas ko lang sakit ng ulo mo. Tara."

Balik b'yahe ang dalawa. Balik sa kalsada. Ipinakita ni Rey ang natuklasan niya sa litrato ng CCTV footage.

"Ang tanong, sino 'yang katabi niya d'yan?"

"Yun nga, e. Kaya maigi, mahanap muna natin yung may-ari nitong sasakyan."

"Sinubukan mo na ba yung LTO text system?" tanong ni Benjo.

"Wala, 'tol, mas nagagamit yun ng mga nagbe-verify kung okay ba yung iiskorin nilang sasakyan at hindi carnap."

"Sa bagay, olats din. Yung agent ko, nadale sa ganyan. Nag-check sa LTO text, walang hassle yung sasakyan. Pero ilang araw, may naghahabol sa kanya, carnap yung sasakyan. Olats."

Pagdating sa tanggapan, pinagsuot muna sila ng visitor's ID ng LTO. Sa holding area, nasaksihan nila ang isa sa pinakawalang-'yang pila sa balat ng Maynila. Listong nakaisip ng paraan sina Benjo at Rey. Napansin niya ang isang empleyado na lumabas ng frontline. Sinundan nila ito.

"Boss, boss, excuse, boss," anas ni Rey.

"O?" may angas na tugon ng empleyado.

"Boss, baka p'wede kaming makahingi ng tulong."

"Pumila kayo d'yan," turo nito sa mahabang pila sabay talikod.

"Boss, kahit sa labas natin pag-usapan," giit ni Rey.

Lumabas ang empleyadong nauuna ang t'yan sa paglalakad. Sumunod ang dalawa. Sa yosihan sila dinala ng empleyado.

"Ano ba kelangan n'yo?" tanong ng empleyado at siyang sindi ng sigarilyo.

"Kailangan lang namin ng detalye nitong sasakyan na 'to, boss," pakita ni Rey ng litrato ng CCTV footage.

"E, sa registration 'yan. Sa licensing ako." Sa tono ng empleyado, para bang inuunahan na niya ang dalawa na kung gagawin niya ang ipagagawa sa kanya ay kailangan niyang kumausap din ng iba pang tao at sa tiklado ng metro ay iba ang usapan kapag gano'n.

"Wampayb, ayos na ba, boss?" singit ni Benjo.

"'Di n'yo pa isagad ng dos," hirit ng empleyado.

"Ga'no katagal ito, boss?" paniniguro ni Rey.

"15-20 minutes, subukan naten."

Inabot ni Rey ang apat na limandaan sa empleyado. Mabilis iyong sinunggaban ng huli at isinuksok sa likurang bulsa ng maong na pantalon.

"Patingen nung litrato, lista ko yung plaka," anas ng empleyado. Matapos ilista ang plaka, binilinan niya ang dalawa na hintayin na lamang siya sa smoking area at siya namang ginawa ng magkaibigan.

Ilang kinse minuto ang nagdaan, hindi pa rin sila binabalikan ng empleyado.

"E, mukhang dinugas lang tayo ng putangina, e," yamot ni Rey.

"Hayaan mo. Sige, hintayin lang natin," kalmado lang si Benjo.

Kabibili lang ng isang kahang pula, mauubos na agad nila sa tagal ng paghihintay sa empleyado. Kuwarenta y singko minuto ang nagdaan at sa wakas, nakikita na nilang naglalakad papunta sa direksiyon nila ang empleyado.

"Boss, grabe naman kinse minuto mo," salubong ni Rey.

"O, ibalik ko na lang 'to sa loob?" wasiwas nito ng papel sa direksiyon pabalik ng opisina.

"Hinde, boss," kabig ni Rey.

"Arhtur Mendez, Grab 'yan," anas ng empleyado sabay abot ng papel kay Rey.

"Salamat, boss."

"Limandaan, abot natin sa tropa sa loob," hirit ng empleyado.

"Wala talaga kayong kasingsugapa, ano?" pakli ni Benjo. Natigilan si Rey.

"Ano?" singhal ng empleyado.

"Hayaan mo na, Benj. Ito na, boss, limandaan mo. Salamat dito," awat ni Rey sa kaibigan, abot ng limandaan sa empleyado.

"Putangina mo, sugapa kang baboy ka!" sigaw ni Benjo.

"E, putang ina mo din! Kayo ang lumapit sa 'kin, mga gago!"

Dinukot ni Benjo ang cell phone sa likurang bulsa ng pantalon. Play ng video, nakaharap sa pagmumukha ng empleyado, video habang tumatanggap ito ng lagay kay Rey. Sa anggulo, kita ang mukha at malaking tiyan ng empleyado, putol ang frame sa ulo ni Rey.

"Putangina mo, akina yung dalawang libo." Hindi na naka-pagsalita ang empleyado. Kinapa nito ang wallet sa bulsa at dumukot ng apat na limandaan at saka inabot kay Benjo.

"Delete n'yo 'yan. Idedemanda ko kayo!"

"Ha? Putangina mo, nagpapatawa ka ba?" balik ni Benjo.

"Tara na, Benjo," hatak ni Rey sa kaibigan.

"Putangina mo, a-upload ko 'to, gago!" Ayaw pa ring tumigil ni Benjo.

"Boss, b-boss, 'wag naman. May mga anak akong umaasa sa 'kin," bigla'y nagbago ang tono ng empleyado.

"Ngayon magmamakaawa ka. Ang yabang-yabang mo kaninang buraot ka, gago!"

"Pasensiya na, boss." Parang maamong kambing ang baboy-ramong empleyado.

"Tara na, Benjo."

"Putangina mo a, aabutin ka sa 'kin!"

Lumakad na ang dalawa papalayo at naiwan sa smoking area ang empleyado, nakatitig sa kanila habang papalayo sila nang papalayo sa lugar.

Pagdating sa sasakyan. Hinanap nila sa Facebook ang Arthur Mendez. Napakaraming profile na lumabas. Pero may isang dumikit sa hinahanap nila. FB-GRAB-SAKAY 24/7 group. Maitim masyado ang pagkaka-print ng papel na may naka-attach na ID ng driver sa papel na binigay ng empleyado. Pero dahil sa kapansin-pansing malaking nunal nito sa kilay, madali nilang natukoy na ang Arthur Mendez sa GRAB-SAKAY 24/7 group ay ang Arthur Mendez sa papel na ibinigay sa kanila ng empleyadong baboy-ramo. May mga booking post ito sa group kung sa'n naro'n ang kanyang numero at modelo ng sasakyan. Sapul sa modelo ng sasakyan sa litrato ng CCTV footage.

Tinawagan nila ang numero sa booking post ni Arthur Mendez.

"Hello, magandang araw po, sino po sila?" magalang nitong bati.

"Sir, book ng Grab," anas ni Benjo.

"Ah, sa'n po location n'yo? Dito pa po ako manggagaling sa Makati po."

"Ahh, sakto. Sige, sa Makati Square lang kami. Drop kami sa Pateros lang."

"Okay po, sir, no problem. Drop ko lang po itong hatid ko sa Burgos, 'tapos po pick up ko kayo."

"Salamat po, ingat."

"Takbo tayong Cinema Square," anas ni Benjo. Humarurot sila pa-Makati.

Sa gilid ng Cinema Square, naka-hazard ang isang itim na Vios na may plakang DKT 0925. Lumakad sila papunta sa sasakyan. Kumatok si Benjo sa bintana ng sasakyan, ibinaba ng driver ang bintana.

"Sir Ben?" tanong ng driver.

"Arthur, ano?" balik ni Benjo.

"Magandang araw po," sabay bukas nito ng pinto sa passenger seat.

Dumukot si Benjo sa likurang bulsa sabay pakita sa driver. Ipinakita niya ang LTO visitor's pass na tinapalan niya ng sariling ID, sapat para matakpan ang visitor's pass at makita lamang ang LTO. Sumakay na sa likod si Rey.

"Teka, boss, ano'ng problema?" depensa ng driver.

"Nagbe-verify lang kami ng getaway vehicle. Makipag-cooperate ka na lang," anas ni Benjo.

Ipinakita ni Rey ang litrato ni Alison sa kanyang cell phone.

"Naisakay mo 'to kagabi?" Tinitigang maigi ng driver ang larawan.

"Opo. Kagabi po. Opo. Bakit po?"

"Sa'n ang drop-off?" tanong ni Benjo.

Kinuha ng driver ang cell phone sa kanyang harapan at binalikan ang booking history kagabi.

"Alison Ventura ang pangalan. Tignan mo kung sa'n drop-off d'yan sa booking history mo."

"B-Boss, hindi po Alison ang nag-book." Nagkatinginan sina Benjo at Rey.

"Sino?" koro ng dalawa.

Ipinakita ng driver ang booking history. Katrina Madrigal. Nilitratuhan ni Rey ang booking history kung sa'n nakapaloob ang pick up, drop point, oras, at numero ng nag-book. Bumaba na ang dalawa ng sasakyan at iniwan ang driver na takot na takot.

"Yung Katrina ang kasama ni Ali sa sasakyan," anas ni Rey.

"E, 'di ba sabi niyan, hindi raw sila natuloy mag-meet?" alala ni Benjo.

"Sabi niya. Yun ang gusto niyang paniwalaan natin."

"Ano'ng plano?" tanong ni Benjo. "Hindi natin p'wedeng biglain 'yang Katrina, 'kita mong alam niyang nag-aalala ang magulang ng kasama niya 'tapos paniniwalain niyang hindi natuloy ang meet nila, pero heto, magkasama sila nung gabing hindi umuwi si Ali," sagot din niya sa sarili.

"Puntahan natin yung drop-off."

———

DINALA kami ng drop-off address sa isang overlooking spot sa Antipolo. Medyo malayo ito sa commercial area at ang tanging komersiyo dito, mga inn bandang taas pa. Pero ito ngang drop-off point, isang overlooking spot kung sa'n tanaw mo ang maraming puno, barung-barong at sa dulo'y mga gusaling maliliit. Naka-park kami sa mismong drop-off.

"Benj, katulad ng ginawa ko doon sa Tori, kelangan lang natin makahanap ng malapit dito sa area na may CCTV." Binuksan ni Benjo ang bintana at nagsindi ng sigarilyo. Inabot niya sa 'kin ang lighter at nagsindi na rin ako ng sa 'kin.

"Igala mo paningin mo. Puro puno dito, walang pagkakabitan ng CCTV. Doon sa entrada, sa pinasukan natin, may mga poste, may tindahan. Baka p'wede tayong makisuyo doon," suhestiyon ni Benjo. Tumango lang ako. Pagkaubos ng sigarilyo, bumalik kami sa entrada ng lugar. Sa bandang arko na kinain na ng kalawang ang mga letra, may tindahan ng ulam makalampas ng arko. Tiningala ko ang mga poste, may CCTV camera malapit sa ulaman. Bumaba ako para magtanong. Isang matandang babae ang nagbabantay ng tindahan.

"Magandang araw po, 'nay. Ahh, magtatanong lang po kung kanino itong CCTV sa poste sa gilid n'yo?" turo ko ng poste sa gilid ng tindahan.

"Ah, 'noy, hinde sa amin 'yan. D'yan lang inilagay sa tabi nung bahay sa harap, iyon," turo ng matanda sa bahay sa tapat. Bahay na disente. May garahe. May kotse. Maykaya ang nakatira kung itsura ng bahay ang pagbabasehan. Sa kanila daw itong CCTV camera.

"Salamat po, nanay."

"Walang anuman, 'noy."

Dumorbel kami sa bahay. Lumabas ang isang dalagang babae na nakasambakol ang mukha, dumungaw sa gate.

"Sino sila?" sa tonong lumayas kayo.

"Ate, yung CCTV sa poste sa gilid ng tindahan, inyo raw?" bantulot kong tanong.

"Oo, bakit po?" sa tonong lumayas kayo dito ngayon na.

"Makikisuyo sana kami. Napadpad kasi ang anak ko dito, sa malayo pa kami nanggaling. E, walang CCTV doon sa bandang overlooking na area, dito lang meron, makikisuyo sana kami," pakiusap ko.

"Hindi po p'wede," magalang na tanggi ng dalaga. Sa palagay ko, walang ibang tumatakbo sa isip niya kundi mga mananalisi kami, budol, magnanakaw, istiryo. Ako man sa lagay niya ay hindi rin papayag na basta na lang magpapasok ng mga estranghero sa bahay ko. Mahirap na.

"Ah, hindi kami masasamang tao. Kung nariyan ang parents mo, baka p'wede naming makausap. Pasensiya na sa abala."

"Jocel, sino ba 'yan?" Lumabas ang isang matandang lalaki. Nakasando. Napapanot. Balbas-sarado. Lumapit ito bandang gate.

"Boss, magandang araw! At pasensiya na sa abala. Nagtanong kami sa tindahan sa harap kung kanino ang CCTV sa tabi nilang poste, sa inyo raw po. Nawawala po ang aking anak na babae at dito po napadpad, nagbabakasakali lang ho sana kaming makisilip ng recorded footage n'yo kagabi," pirmi kong paliwanag sa nakapamaywang na mama.

Tumitig muna ang mama sa aming dalawa. Siguro naman hindi niya kami pagkakamalamang mga mandurugas. Mas matanda na siya at 'di hamak na mas maraming karanasan sa pagkilatis ng tao.

"Jocel, kunin mo yung tablet dun sa mesa," utos nito sa dalaga. Kakamot-kamot ito ng anit at padabog na pumasok ng bahay at kinuha ang ipinakukuha ng mama.

Dagling iniabot ng yamot na dalaga sa mama ang tablet. Nanatili kaming nasa labas lamang, pagitan namin ang bakal na gate. Scroll sa tablet.

"Ano'ng oras ng video kelangan n'yo?" tanong ng mama. Gumaan ang dibdib ko. Naalala ko 'yong unsent message galing kay Ali no'ng gabing 'yon, at ngayon itong detalye ng drop-off.

"Simula 9:30 p.m., boss. Salamat, boss."

Ilang swipe. Ilang scroll. Ipinakita sa 'min ng mama ang footage. Mula 9:30, blangko ang daan. Ilaw mula sa poste ng tindahan lamang ang nagsisilbing liwanag. Mataman lang naming pinagmamasdan ang footage, hawak lang ng mama. Alam kong naha-hassle na ito.

"Boss, pasensiya na, ha?" hingi ko ng paumanhin. Tumango lamang ang mama.

"Jocel, yung yosi ko, pakilabas!" sigaw nito. Padabog na namang lumabas ang dalaga at iniabot ang Winston pula sa mama. Nagsindi ito ng sigarilyo.

"Benj, yung sasakyan iyan na, dumaan na."

"Check mo yung oras ng unsent message," paalala ni Benjo.

"11:20 p.m.," tugon ko kay Benjo. "Boss, baka p'wedeng maki-forward bandang 11:20 p.m.," baling ko sa mama. Scroll forward sa 11:20 ang mama. Nakatutok na naman kami.

Inilusot ni Benjo ang kamay niya sa pagitan ng mga linyang bakal ng gate. Ini-scroll pa-11:47. Napaangat ang kilay ng mama. Bantulot ako. "Pasensiya na, boss." Tumugon ito ng buntong-hininga.

"Rey, tignan mo."

May dalagang pabalik. Naglalakad. Mag-isa. "Boss, okay lang maki-zoom?" suyo ko sa mama. Ramdam niya ang tensiyon namin ni Benjo. Dagli niyang pinagbigyan ang hiling ko. Zoom in. Dalagang katamtaman ang haba ng buhok, Naka-maroon shirt at kapansin-pansin ang Doraemon backpack. Inilabas ko ang phone at nilitratuhan ang naka-pause, zoom in na video. Kailangan kong idokumento ang lahat ng ito. Pasitib. Si Katrina ito. Kinikilabutan ako sa mga bagay na lumulunod ngayon sa utak ko.

"Nakita ko 'yang batang 'yan kagabi pagbili ko ng sigarilyo d'yan sa tapat. 'Yan ba yung anak mo?" usisa ng mama.

"Hindi, bossing. Ito yung kasama niyang nagpunta d'yan sa overlooking." 'Di ko mapigilan ang panginginig ng labi ko.

"O, e ba't mag-isa na lang pabalik? Teka," Taka ng mama. Dahan-dahang ini-scroll ng mama ang video pasulong. Dahan-dahan. Pero umabot na ng madaling-araw, walang sumunod na Alison. Walang dumaan na Alison pabalik.

Nagsindi ako ng sigarilyo. Tinapik-tapik ni Benjo ang balikat ko.

"Nakita n'yo ba ang dapat n'yong makita?" tanong ng mama.

"Maraming salamat po, boss. Malaking pasensiya na sa abala."

"Iyang batang naglakad sa video, 'yang nakita n'yo, hindi 'yan makakakuha ng sasakyan ng disoras dito kaya 'yan naglakad pababa.

Mangyari, nagtraysikel muna 'yan d'yan sa kanto at doon pa 'yan sa baba makakakuha ng taxi."

"Maraming salamat po talaga. Mauuna na po kami, boss," paalam ko. Tumalikod na ito at bumalik na sa loob ng bahay. Para akong tinakasan ng kaluluwa. Kung ano-ano'ng pumapasok sa isip ko. Kung ano-ano na. Kung ano-anong ayokong isipin at makabuo ng imahe sa utak ko. Nanginginig ang laman ko sa takot. Sa galit. Nasaan si Alison? Bakit mag-isang naglakad pabalik si Katrina?

"Balikan natin yung spot, Rey." Tumango ako. Bumalik kami sa sasakyan at tumulak pabalik sa overlooking. Habang daan, hindi ko na napigilang maluha. Sa pagod. Sa pag-aalala.

"Rey," hagod ni Benjo sa likod ko.

Pagdating sa overlooking, dagli kaming bumaba ng sasakyan at nagsiya-siyasat sa paligid, sa mga daan, kung may mga gamit bang naiwan o kung anuman, kung may sagot bang mapapala. Iginala ko ang paningin ko. *Saan kaya naro'n ang anak ko? Saan kaya iniwan ng kasama niya?* Pagtingin ko sa baba, malalim na bangin ng sukal ang mistulang nakanganga at handa na akong lamunin, tanging mga bakod ng pinagtapyasang mga kahoy ang silbing harang. Malamig ang haplos ng hangin sa batok ko. Ipinipikit ko ang mga mata ko para ibalik ang luhang gustong bumagsak na naman. Iisa ang sinasabi ng utak ko. Walang ibang hahantungan si Alison kundi ang bunganga ng bangin sa harapan ko, sa ilalim ng paanan ko. Iyon ang sinasabi ng utak ko na pilit kong kinokontra. Pero ganito 'ata siguro kapag pakiramdam mo wala ka nang mahingan ng saklolo, o mahagilap na bakas ng pag-asa.

"Rey, yung dulo, paakyat. Hindi kaya pumaroon si Ali?" haka ni Benjo.

"Ano'ng meron d'yan sa taas? Ano'ng alam ni Ali sa lugar na 'to?" balik-tanong ko sa kanya.

Patlang. Mahabang katahimikan na pinunan naming pareho ng pagsindi ng sigarilyo. Para akong hinihigop ng bunganga. Para akong inililipad ng lamig papunta doon. Bumabagal ang paghinga ko. Kumakalma.

"Putangina mo, Rey! Ano'ng ginagawa mo?" hinila ako ni Benjo.

PAGDILAT ng mata ni Rey, agad siyang napabalikwas. Pagbangon niya ng kalahati ng katawan niya, saka niya napagtanto na nakaidlip siya sa backseat. Lumabas siya ng sasakyan, naka-park sila sa tapat ng store ni Jun. Bumaba siya ng sasakyan. Ibinato sa kanya ni Benjo ang sarado pang kaha ng Marlboro pula.

"Tignan mo 'to," pakita ni Benjo ng cell phone kay Rey. "May hip-hop event sa Poblacion bukas ng gabi."

"O, e ano?" balik ni Rey.

"Tignan mo, sa FB update. Attending si Katrina." Tatangu-tango si Rey.

"Animals ang tema. No animal mask, no entry," pagdidiin ni Benjo. "Akala nila, kina-hardcore nila. Party Animals. Jologs amputa."

"Kailangan kong makausap 'yang Katrina," anas ni Rey.

Nagsindi ng sigarilyo si Rey at nagpakawala ng maraming buntonghininga.

"Hindi sasapat ang kausapin lang 'to, Rey."

"Hindi talaga." Malalim na hitit, mahabang buga. Mabilis napunggok ang sigarilyo ni Rey.

11
TROBOL

ELEMENTARYA pa lang, magkakilala na kami ni Benjo. Pero section 4 siya no'n, section 1 ako. Madalas kami magkapanagpong mga panghapon kapag naghihintay ng shift namin. Madalas, picha ang nilalaro namin. Hindi kami masyadong nag-uusap pero may kung anong koneksiyon kaming dalawa. Hindi man niya sabihin, alam kong sinasalo niya ako palagi kapag nasa bingit na ako ng pagkakataya. Tangina, mag-aalok pa ng tatlong blak sunod-sunod na akala mo binebenta ka sa taya. Pero lagi't lagi niyang nabubuo 'yon.

High school kami naging magkasangga nang umakyat siya ng section 2. Section 2 na rin ako no'n. Bagsak ako sa values kaya raw ako ibinaba ng section. Wala raw akong galang sa mga guro gayong nagtatanong lang naman ako kung ano'ng kinalaman ng mga ice buko at Stick O sa pag-angat ng marka ng mga kaklase kong naging suki na.

Magaling na estudyante si Benjo. Hindi grade conscious, ha? Pero mahusay. Partida, madalas na late at absent. Siguro, iyon ang dahilan kung bakit hindi siya napapasok sa top 10. Sa klase, kaming dalawa ang sinusuyo ng mga kaklase naming mahihina ang ulo. Kung 'di gagawing kagrupo, kokopyahan naman tuwing periodical test. Kaya nagkasundo kami noon na sadyang papangitin ang mga sulat namin para naman mahirapan ang mga kaklase namin.

Pero pagdating ng 3rd grading, parang nanamlay si Benjo. Hindi ko alam kung bakit. Lahat naman naikukuwento niya sa akin. Pero sa tuwing tatanungin ko siya kung ano'ng problema, lagi niyang sinasabi ay tinatamad lang talaga siya.

Isang beses, uwian, inabutan ko sa gulamanan ni Aling Nimfa si Benjo, napalilibutan ng mga Crips. Crips ang tawag ng mga estudyante noon sa sarili nila basta nakaasul na bandana sila. Asul lahat. Bag, cap, baller, sapatos. Dugong-bughaw sana kung pati dugo ay asul, ano?

Galit sila sa mga nakapula, mga Bloodz, mortal nilang kaaway. Sa 'di namin malamang dahilan, pinag-uugatan ng maraming riot ang kulay ng bandana. Putangina, kapag napag-kukuwentuhan namin ngayon ay natatawa na lang kami dahil silang mga Crips at Bloodz noon, magkakasalo sa pila ng Unitoda, Dusatoda at Gwafitoda ngayon. Akalain mong Toda lang pala ang makapagbubuklod sa kanila?

E 'di nagmamadali akong rumesponde kay Benjo. Apat na nakabandanang asul ang nakapalibot sa kanya. Ang isa, kalbo at may ahit pa sa kilay, may suksok na aserong bakal sa kamao. Pumagitna ako.

"Teka, ano'ng atraso sa inyo ng tropa ko?"

"Hoy, ikaw, putangina mo, lumayas-layas ka d'yan kung ayaw mong madamay," bulyaw ng nakaasero.

Aamba-amba na ang mga amuyong nito habang nakaamba ako pabalik ng salag. Kami ni Benjo ay hindi naman nadadawit sa kahit na anong basag-ulo, una sa lahat ang engkuwentrong ito.

"Benjo, ano'ng problema?" walang-tugon si Benjo.

Bigla'y nakakita ako ng mga kislap sa dilim. Nahilo ako at napaluhod. Nagkaroon na ng komosyon. Kumapal na ang mga estudyanteng usyoso.

"Mga walang'ya kayo! Doon kayo magpatayan, 'wag dito sa tindahan ko!" bulyaw ni Aling Nimfa.

Pagbangon ko, inuupakan na nila si Benjo. Walang kalaban-laban s'yempre. Apat ang umuupak. Sa pelikula lang nangyayaring mas malakas ang isa sa isang batalyon. Dumampot ako ng bato at ipinalo ko agad sa isa. Pumaligo ang dugo sa puting-puting uniporme nito. Sapu-sapo niya ang ulo niyang mabilis ang sargo ng dugo. Ang kulay asul niyang bandana ay namumula na rin.

Sinugod ako nito at tinangkang dambahin, pero bago pa siya makaporma'y isang palo pa ulit sa mukha ang tinamo niya. Bumagsak ito. Si Benjo, nasa gutter na, pinagsisisipa ng mga putangina. Nang matalsikan ako ng dugo ng kaaway, nag-iba ang takbo ng isip ko. Nang maamoy ko ang amoy kalawang na dugo, hindi ko na nadidinig ang sigawan ng mga miron. Pakiramdam ko, walang makaaawat sa 'kin.

Panakbo kong pinalo si Asero. Binalikan ako ng sapak ng isa. Handa nang sumalo ang mukha ko kaya hindi ako basta-basta matutumba. Tinanggap kong lahat ng bigwas, suntok at sipa hanggang sa nabitiwan ko na ang bato. Si Benjo, nakasalampak sa gutter, wala nang malay. Hindi na ako sumasalag, hanggang dumilim ang lahat at puro kislap ng sapak na lamang ang nakikita ko.

Kinabukasan, pare-pareho kaming basag ang mga pagmu-mukha na humarap sa guidance. Ang realidad ng public school, kahit ano'ng mangyari, hindi kakampihan sa guidance ang mga lower section. Otomatik 'yan. Lalo sa kaso ng mga gagong ito.

Ang kuwento, sa CR habang umiihi si Benjo, inilabas daw no'ng Ryan 'yong titi niya at iwinawasiwas sa harap ng malaking salamin sa lababo. 'Yong Ryan 'yong may asero. Hindi pinansin ni Benjo. S'yempre 'yong mga kasamang miron na nakilala namin sa mga pangalang Jek-Jek, Tuklaw at Michael, e happy trip din kasama ng master nila. Hind iyon pinansin ni Benjo. Hanggang no'ng papalabas na siya ng CR, hinarang siya no'ng Jek-Jek. 'Yong Jek-Jek, 'yong pinalo-palo ko ng bato sa ulo at mukha. Ilang tahi rin ang inabot ng tarantado. E 'di hawak-hawak na si Benjo. Sinara no'ng

Michael ang pinto. Pinuwersa nilang lumuhod si Benjo sa basang-basang sahig ng banyo, magkahalong ihi at tubig-inidoro 'yon. Mag-isa si Benjo kaya kahit ano'ng palag niya, hindi uubra. Pinagsasampal siya ng titi no'ng Ryan. Sa galit ni Benjo, nakakalag ito sa higpit ng kapit no'ng Jek-Jek at Tuklaw sabay dukot ng bolpen sa bulsa at saka itinarak sa burat ni Ryan. No'ng namilipit sa sakit si Ryan, siyang sibat ni Benjo sa banyo. E, s'yempre, alangan namang magsumbong sa mga teacher itong grupo ni Ryan na 'Ma'am, sinaksak po niya yung burat.' Kaya inabangan na lang nila sa labas no'ng uwian para resbakan.

Kitang-kita ko kung ga'no katagal na gusot ang mukha ng guidance counsellor at mga teacher doon sa Guidance Office habang pinakikinggan ang kuwento ni Benjo. Ending, kick out ang apat. Kami, steady. Pero hindi doon nagtatapos ang hassle. Warning na si Benjo. 'Yong mga nagdaang exams, olats talaga siya. Panay pa absent at late. Kapag daw itong parating na exam ay sumemplang na naman si Benjo ay susunod na siya sa apat.

Pagtapos no'n, tumambay kami sa likod ng school. Doon, pinilit ko na si Benjo na magkuwento.

"'Di ka naman basta tinatamad lang, e," bungad ko.

"Si Papa, akala ko makakasama na namin."

"O, umuwi na ba erpats mo?" usisa ko. Patlang. Hinayaan ko lang siya.

"Putangina," sabay takip nito sa kanyang bibig, nagpipigil ng iyak. Hinayaan ko siya. Hindi ako nagsalita. Kung maiiyak siya, maiyak siya. Naalala ko, may apat na stick ako ng pula na binili bago pumasok. Hindi naman nagkakapkap talaga ang mga guwardiya kaya malabong makumpiska. Sa pagitan ng mahabang patlang at pagpipigil niya ng iyak, inabutan ko siya ng yosi at lighter, agad niyang kinuha at nagsindi.

"Grade 3 ko huling nakasama si Papa. Pagtapos nun, nadestino na siya sa probinsiya, sabi ni mama," panimula niya habang nagpupunas ng nagtutubig niyang mata. "No'ng nakaraang linggo, ang sabe pauwi na daw."

"'Buti nakatawag sa inyo, 'di ba bihira makatawag erpats mo?"

"Sabe nung kasamahan daw do'n, sabi ni mama."

"O, ano'ng problema? Hindi matutuloy ang uwi?"

"Putangina, pag-uwi ko nung isang araw, iyak nang iyak si Mama, may hawak na malaking kahon. Hindi ko maintindihan kung bakit. No'ng lumapit ako, nakasilid dun yung ulo ni Papa." Sinundan iyon ng malalim na hitit at mahabang buga. Hindi ko alam ang sasabihin ko. Napasindi na rin ako ng yosi. Tinapik-tapik ko siya sa likod.

Noong mga panahong iyon, pareho naming hindi maunawaan kung ano'ng nangyari sa erpat niya. Walang ibinibigay na sagot ang ermats niya tuwing tatanungin kung ano'ng nangyari sa erpats niya. Pero ang ipinagtataka ko lang at hindi ko maitanong kay Benjo noong mga sandaling iyon ay kung bakit hindi sila nagsumbong sa pulis, ni hindi nabigyan ng burol ang erpats niya. Hindi na nga malaman ni Benjo kung ano'ng nangyari sa erpats niya, maano man lang na makita niyang may hustisyang ipinupursige. Mahirap sa ermats ni Benjo pero walang kasinghirap na kakakapa-kapa sa dilim ang isang nagluluksang anak tungkol sa totoong nangyari sa kanyang amang inuwi na lamang na nakakahon ang ulo.

PAG-UWI ng bahay, hindi rin ako nakatulog. Sino'ng makatutulog sa ganitong klaseng sitwasyon? Isinandal ko lamang ang aking likod habang naghihintay mag-umaga. Kape. Yosi. Charge ng phone. Ligo. Isip. Pikit. Manaka-nakang idlip. Kada maalimpungatan ako, siya kong timpla ng kape, naghihintay magliwanag sa labas.

Wala akong ibang nakikitang paraan para komprontahin si Katrina. Hindi laging nadadaan sa maayos na usapan ang mga bagay-bagay lalo't may malaking kinalaman sa hindi pagsasabi ng totoo—na sa maraming pagkakataon—kumokompromiso ng kaligtasan ng iba, naglalagay sa tao sa peligro. Maayos ko siyang tinanong noong mga oras na hinahanap ko si Ali gawa nang siya ang itinuturong katagpo ng anak ko pagtapos ng school project nito. Sigurado siya sa sagot niyang hindi natuloy ang pagkikita nila. Pero pagtapos ako dalhin kung sa'n-sa'n ng paghahanap ko kay Ali—kami ni Benjo—ay bumabalik lamang lahat ng daan papunta kay Katrina.

Maling galaw ang komprontahin ang taong handa sa komprontasyon. Sa madaling sabi, walang-talab ang mangompronta ng taong alam ang kanyang ginawa. Ang taong inosente, hindi masusukol, hindi rin madudulas. Pero ang taong alam na alam ang katarantaduhang ginawa niya, anumang oras may nakahandang depensa. Hindi namin p'wedeng kagatin 'yon. Dahil sa pagkakataong ito at sa mga susunod pa, hindi madadaan sa maayos na usapan ang mga bagay. Lalong hindi niya dapat malaman na kailangan na niyang gamitin ang mga hinanda niyang depensa.

Pagputok ng liwanag, lumakad agad ako papuntang hardware. Magbibilin muna ako kay Ato. May mga gamit din akong dapat na kunin. At 'yong pick-up truck na pamana pa ni Papa, bilin ni Benjo pagpagan ko raw at 'yon ang gamitin namin mamaya sa party.

Pagdating ko sa hardware, sinalubong ako ng basag na mukha ni Ato. Pikit ang kanang mata, maga ang kilay at nguso, kulay ube ang pisngi.

"Good morning, Bossing!" magiliw pa ring bati nito.

"Ano'ng nangyare sa 'yo?" tanong ko agad.

"Napatrobol sa 'men, Boss." Maga ang mukha, maga rin ang pananalita. Hirap itong magsalita gawa ng magang nguso.

"Ikaw, mapapatrobol? E, wala ka namang kaaway," taka ko. Himas-himas niya ang pisngi niya. Patlang. Sa isip ko, baka nahihirapan na ngang magsalita, inuusisa ko pa. Ilang saglit pa, napansin kong lumuluha na ito.

"Yung batchmate mo, Boss, si Monching. Si Monching ang nagdawit kay Alvin ko." Tuloy-tuloy ang luha ni Ato.

"Pa'nong dinawit?"

"Mainit sa Dreamland, Boss. Si Monching, asset ng pulis. Nung mahuli ng mga nagpapatakbo ng bato doon sa 'men, kumanta ng ibang pangalan, pinalit-ulo yung mga tao sa 'men, pati si Alvin ko."

"Bakit niya gagawin yun sa inyo?" Hindi ko makuha ang motibasyon ni Monching, bakit kailangan nitong hilahin ang mga nananahimik na tao sa sarili niyang impiyerno?

"Ang laki ng inggit ng nanay niyang si Pasing kay Belen. Sa almusalan, Bossing, nilalangaw ang paninda nila noong nagtitinda pa si Belen, bago yung nangyari kay Alvin." Nahahabag ako sa tono ng pagkukuwento ni Ato, parang batang nagsusumbong. Kilala ko si

Ato. Walang masamang tinapay sa taong ito. Walang kaere-ere, walang kaaway. Kaya hindi ako makapaniwala na napatrobol.

"Boss, hindi sangkot sa droga ang anak ko," hihikbi-hikbi, sisinghot-singhot nitong sabi.

"Hindi mo kailangang magpaliwanag, Ato."

At kilala ko rin si Monching. Noon pa man, basa ko na ang pagkatao ng tarantado. High school pa lang, numero uno nang kupal sa classroom. siya ang magaling, siya ang bida. Alam niya ang lahat. Pero madalas na bokya sa mga exam. Bastos sa kapwa, bastos sa babae, bastos sa guro. Doon niya natatagpuan ang sarili niya. Dala-dala niya hanggang pagtanda. Hindi nakapagtataka, DDS ang putangina.

"Kape, Boss?" alok ni Ato habang nagpapahid ng luha.

"Tara, kape tayo."

Habang nagtitimpla si Ato, sinalansan ko muna sa backpack ang mga gamit na kakailanganin ko; lahat ng alam kong magagamit namin ni Benjo. Dumako ako sa garahe para silipin 'yong lumang truck. Bihira kong nagagamit pero wala namang tama. Maayos pa. Mas okay ako mag-commute dahil may option akong maglakad kapag walang-galaw ang mga sasakyan sa kalsada.

"Boss, heto na!" tawag ni Ato mula sa loob.

Kumape't yosi kami ni Ato. Panay ito kuwento ng mga kabaitan ng namayapang anak. Lahat ng iyon, hindi ko nakalilimutan. Magalang na bata si Alvin. Matiyaga. Masipag mag-aral. Mapangarapin. Maraming beses, si Alvin ang naaasahan kong magsundo kay Ali noon kapag may kausap akong supplier. Pero wala na. Sa isang iglap, wala na si Alvin. Gano'n kabilis ang buhay, lalo ngayon.

"Si Ali, Boss, hindi nadaan," pag-iiba ni Ato.

"Ahh, may field trip sila. Out of town." Ayoko munang banggitin o ipaalam kahit kanino ang pagkawala ni Ali. Sa 'min na muna ni Benjo.

"Ato, kapag napadpad si Mang Romy, resibuhan mo lang. 'Wag mo na 'kong hintayin. May lalakarin lang ako, ha," bilin ko. May kailangan ako kay Porman. Hindi p'wedeng mabitin ang pabor nito habang wala ako.

"Okay, Bossing, sige."

Dinukot ko ang wallet ko sa likurang bulsa ng maong, kumuha ako ng tatlong limandaan. Sakto at nabawi namin 'yong ipinanlagay do'n sa taga-LTO. Iniabot ko kay Ato.

"Ay, Boss, hindi po ako aadbans," tanggi nito.

"'Di 'yan advance. Sa 'yo 'yan, ibili mo ng gamot d'yan sa mukha mo."

Bantulot niyang tinanggap. "Maraming salamat, Bossing, maraming salamat talaga." Hihikbi-hikbi na naman ito.

"O, 'wag, tumahan ka na," alo ko sa kanya.

"Nakakahiya sa iyo, Boss. Sobra-sobra na ang naitulong mo sa amin."

"Walang problema, Ato. Sandali lang, ha." Umuugong sa bulsa ko ang phone. Kung maka-vibrate, akala mo emergency. Gano'n lagi ang pakiramdam. E, ang mga tao, hindi nakaugalian ang mag-text o chat muna bago tumawag. Basta na lang tatawag, bahala na mapraning ang tinatawagan. Pagsilip ko sa screen, si Benjo. Otomatik naman. May dahilan pa ba 'ko ngayon para mapraning?

B E N J T V P A Z *is calling you...*

Answer | *Decline*

"Nakabili na 'kong maskara."

"Ano'ng oras tayo punta?"

"Maaga pa. Alas-siyete pa yung event."

"Sige."

"May bagong update 'tong Katrina."

"Ano?"

"Pinost yung gagamitin niyang mask; bunny mask."

"Maigi."

"'Kita mo ga'no ka-jologs 'tong mga 'to?"

"Sa'n tayo magkikita?"

"Sa store na lang ni Jun."

"Okay."

Paglinga ko, si Mang Romy, naghihintay lang pala na matapos ko ang tawag. Kabibilin ko lang kay Ato, heto't nasa harapan ko na. Minsan may mga pagkakataong iniisip mo pa lang 'yong mangyayari—'yong mga bagay na darating—'di mo namamalayan, nariyan na lang bigla. Kailangan ko si Mang Romy ngayon.

"Boss Rey! Natiyempuhan kita!" Mataas ang enerhiya ni Mang Romy. Laging magiliw ang taong nanghihingi ng pabor.

"Balita, Mang Romy?" bati ko.

"May project ako d'yan sa Aguho. 'Buti nga medyo malapit."

"Ahh. Kung kelangan ng serbis, papatawag ko si Onat."

"Oo, Boss Rey. Bahay 'tong project, e. Marami-raming materyales 'to. Alam mo na, boss, ha?" hirit nito.

"Walang problema, Mang Romy."

"Nako, salamat, boss! Wala talagang palya sa 'yo."

"Mang Romy, may kailangan ako sa 'yo." Tapos na mga pasakalye, maluwag na siguro ang daan para hingin ko ang kauna-unahang pabor ko kay Mang Romy.

"O, bossing, ano yun? Basta kaya ko."

"May kaibigan kasi ako, nangangailangan ng bahay na malilipatan. Baka may alam kang house for rent?"

"Sa dami nang nakontrata kong apartment at bahay, s'yempre meron tayo niyan."

"Mang Romy, itong kaibigan ko, medyo maselan sa lugar, e kung p'wede sana yung sa hindi masyadong dikit-dikit ang bahay."

"Kadalasan kasi ng gawa ko, pinto-pinto, kaya talagang dikit-dikit. Yung mga bahay naman, probinsiya madalas."

"Hangga't maaari, Mang Romy, dito-dito lang sa 'tin o karatig-lugar natin."

"Hayaan mo, boss, kontakin kita agad. Maghahanap ako. Kelan ba target date ng lipat?"

"Asap, Mang Romy."

"Bigyan mo 'ko ng hanggang mamayang hapon, mahahanapan kita."

"Salamat, Mang Romy, yung mga materyales na kailangan mo, si Ato na ang bahala."

"Yung resibo natin, boss, p'wede nang mauna?" paalala nito.

"Ahh, oo. Akina listahan mo, Mang Romy, gawan ko na."

Pagtapos kong ilista ang mga materyales na reresibuhan, ipinasa ko kay Ato ang listahan at ipinahanda ang mga nasa lista.

"Boss, boss, 'wag mo sa 'kin ipangalan pala."

"Ah, kanino?" tanong ko. Dumukot sa bulsahan si Mang Romy, naglabas ng piraso ng papel kung sa'n nakalista ang pangalan. Natigilan ako. Nanlamig ang batok ko. Niyanig ng sunod-sunod na kalabog ang dibdib ko.

"E, irere-imburse daw ito, Boss Rey. Kaya gusto niyang nagpapagawa, sa kanya ipangalan. No problem, e 'di mas lalong p'wede nating patungan, 'di ba? He-he-he!"

Tumango lamang ako. Pakiramdam ko, naninigas ang mga panga ko. Mistula akong inaresto ng mga lamig na tumutusok sa gulugod. Ni hindi ko pirming maisulat ang pangalan sa lakas ng ngatog ng kamay ko.

"Ayos ka lang, boss?" napansin 'ata ni Mang Romy.

"Ahh, katatapos lang kasi naming magkape, medyo napatapang 'ata timpla ni Ato," pagdadahilan ko.

"Yosihan natin 'yan, boss."

Nagsubo ako ng sigarilyo, sinindihan ni Mang Romy. Nagsindi rin siya ng kanya. Itinuloy ko ang pagreresibo. Para akong nababablangko. Hindi ko alam kung tama ba ang nakikita ko.

"Heto, Mang Romy," abot ko ng resibo sa kanya.

"Yun pa rin number mo, ano, boss?" tanong ni Mang Romy.

"Yun pa rin po. 85 ang huli."

"Ito nga, tama, tama."

"Kelan pa nagsimula 'tong project n'yo, boss?" usisa ko.

"Nahinto lang nung nakaraang buwan 'to, tinutuloy lang ngayon nung nagpapagawa."

"Kapag may kailangan pa kayo, si Ato na ang magreresibo. Binilinan ko na siya. May kakausapin kasi akong supplier, sa labas ako sa mga susunod na araw."

"Salamat, boss! Yung sa bahay, ite-text o tatawagan kita mamayang hapon."

"Asahan ko, Mang Romy."

Para bang kulang pa itong mga iniisip ko ngayon at dumagdag pa ang isang 'to. Alam kong may tamang panahon para dito at inilista ko ito sa mga utang na sisingilin at sisingilin ko pagdating ng araw. Kapapaulit-ulit ko sa sarili na may tamang panahon, tamang panahon at pagkakataon na ang lumalapit sa 'kin. Patung-patong na. Putanginang mundo 'to, me sa-demonyo.

13
WALANG-IMIK ANG BANGIN

MISTULA siyang nagdedeliryo, naghahabol ng hininga, impit ang ungol, tirik ang mga mata. Para siyang kinukuryente. Parang lagi siyang nasa bingit ng pagsabog.

"Ahhhh, ohhhh! Kat!" palahaw ni Alison.

Salitang dinidilaan, tinutusok ng dila ni Katrina ang butas ng puki at pwet ni Alison. Hihigpit nang hihigpit ang kapit ni Alison sa kobre-kama ng kutson, at manaka-naka'y marahan niyang nasasabunutan si Katrina. Minsan, napapalakas.

"Ahhh, Ahhhh! Putangina!" sigaw ni Alison habang patuloy ang pagbukal, pag-agas ng kanyang katas.

Pagtapos niya ay gano'n din ang gagawin niya kay Katrina. Pero imbes na patihaya ay patuwad niyang gagawin iyon sa huli. Salit ng daliri at dila. Guntingan. Babalik sa paghimod, hanggang sa maglusak na sa bukal ng katas ang kobre-kama. Tatapusin nila sa maraming gantihan ng halik sa labi at leeg ang niig. Bago sila tuluyang maidlip, magbibilot ng chongki si Katrina. siya lagi ang buwena mano. Mauuwi sa shotgun. Dambuhala ang kanilang mga ngiti. Singkit ang mga mata. Shotgun. Unti-unti, payapa silang maiidlip. Magaan ang lahat.

Pagtungtong sa pamantasan, si Katrina ang nagsilbing tulay ni Alison sa mundo. Nakilala ni Alison ang sarili, ang identidad, ang kanyang mga gusto at hindi. Hindi lingid sa kanyang kaalaman na may kasintahan si Katrina. Alam niya iyon, at hindi nakaapekto sa pagtingin niya kay Katrina. Humahanga siya kay Katrina. Pakiramdam niya, si Katrina ang boses na matagal nang gustong umusal sa kanyang mga labi.

Kabilang na si Alison sa tinawag na 'eksena' sa pamantasan. Eksena, kung tawagin ng mga kabataang nakahanap ng kahulugan ng buhay sa pananamit—sa mga streetwear na hindi naman sa street mabibili kundi sa mga mall at boutiqe, sa pakikinig ng musikang hindi naman talaga nila lubos na nauunawaan o gusto pero dahil gusto ng marami, at gusto ng idol nila, ay gusto na rin nila. Chongki, Cubao X, tula-tula, lalim-lalim pero mahilig sa Parokya ni Edgar at sharer ng mga quotes ng philosopher na si Chito Miranda.

Gano'n pa man, hindi napabayaan ni Alison ang pag-aaral. Ayaw niyang biguin ang ama. Alam niyang alam nitong puro aral ang inaatupag niya. Likas naman kay Alison ang pagiging magaling sa eskuwela kaya hindi naging problema ang performance niya sa pamantasan. Nagpapadala ng kopya ng grades ang kolehiyo sa mga magulang at hindi pa naman nabibigo si Alison na lagyan ng ngiti sa mukha ang ama sa tuwing bubuksan nito ang sobreng ipinadadala ng pamantasan.

Ang buhay ni Alison sa loob at labas ng pamantasan ay umiikot kay Katrina. Sindi, kantot, gimik, aral. Pinakamarami ang kantutan at sindi. Pero isang umaga, habang subsob si Alison sa pagbuo ng baby thesis ni Katrina, may hindi siya sinasadyang malaman. Umilaw ang phone ni Katrina na nakalapag lamang sa mesita sa salas. Si Katrina naman ay naghahanda ng meryenda para sa kanilang dalawa.

Maxwell_09
Babe sendan mo pa ko ng video nyu
sarap dumila nyang chix mo…

Pagbalik ni Katrina sa salas, wala na si Alison. Naiwang bukas ang text messages ni Maxwell sa phone. Nakaparada ang lahat ng kalibugan nito at alam niyang nabasa at hindi iyon ikinatuwa ni Alison. Doon nagsimulang umiwas si Alison. Tiniis niyang hindi sila magkita ni Katrina at kung magkakasalubong sa campus, matinding pag-iwas ang kanyang ginagawa. Hindi sinasagot ni Alison ang mga text, chat, tawag ni Katrina. Paglaon, huminto na rin sa pangungulit si Katrina.

Nangungulila si Alison sa kanya. Hindi man niya sinasagot ang mga pangungulit nito, lagi pa rin niyang hinihintay ang tawag ni Katrina. Lumipas ang dalawang buwan nang hindi kumukontak si Katrina. Ibinuhos ni Alison ang lahat ng oras sa pag-aaral. Unti-unti, nakasanayan niyang wala si Katrina. Pero aminado siya sa sarili na paminsan-minsan, hinahanap niya ang mga bagay na pinagsasaluhan nilang dalawa ni Katrina—pawis, laway, katas, laman, at usok ng ganja.

Isang umaga, nakatanggap ng message si Alison mula kay Katrina. Tulad ng mga naunang mensahe bago lumipas ang dalawang buwan, puro paumanhin at pagsusumamo.

Kat Kat

I am so sorry hunny. Rily sorry. Ayaw kong gambalain ka pa.
Pero di q na matiis na di ka maksama. Can we meet after school?

Sa pagkakataong iyon, hindi tumanggi pa si Alison. Pagkatapos na pagkatapos ng school project, nagpaalam ito agad sa mga kagrupo na mauuna na. Sinundo siya ni Katrina ilang kanto mula sa Tori. Pagpasok ni Alison ng sasakyan, sinalubong siya ng halik sa labi ni Katrina, halik na may kasamang dila. Hindi maiwasan ng Grab driver na mapatingin at mapalunok sa nakita. Pasimple itong humimas sa kanyang naghuhumindig na alaga na para bang pinagsasabihan ito ng *Behave, naghahanapbuhay tayo, Jun-Jun.*

"I really fuckin' miss you, Ali. I'm so sorry. Maxwell is a bitch!" anas ni Katrina habang hinihimas-himas ang hita ni Alison. "Never kong pinasa sa kanya yung mga ano natin," biglang hina niya ng boses nang makita niyang matalas ang titig ng mamang drayber sa rearview mirror.

"Kuya, why?" ismid nito sa drayber.

"Wala po, ma'am," bantulot na sagot ng drayber.

"I am so sorry, Ali, please, please, please!" pagpapatuloy nito ng paglalambing kay Alison.

"I hope you are telling the truth," matipid na tugon ni Alison.

Idinikit ni Katrina ang bibig niya sa tenga ni Alison at bumulong.

"I miss licking your asshole, hunny," mahangin at mainit na bulong ni Katrina. Napakagat na lamang ng labi si Alison habang gumaganti ng pisil sa hita ni Katrina.

"Where are we going?" tanong ni Alison.

"Somewhere romantic, hunny," panunukso ni Katrina.

"This is not the way to Sta. Mesa," pataray na tugon ni Alison.

"Motel agad 'pag romantic?" kantiyaw ni Katrina.

Tawanan ang dalawa na nauwing muli sa kagatan ng labi. Hindi tuloy mapakali ang drayber kung anong kambiyo ang kanyang kakambiyuhin. Mabilisang tingin sa rearview mirror, mabilisang pihit sa upuan, kalbaryo ng isang Grab drayber na gustong-gusto nang isalsal ang nararamdaman.

"Antipolo na 'to," anas ni Alison.

"Exactly. Told you, somewhere ro-man-tic."

Gumanti lamang ng ngiti si Alison. Ibinaba sila ng Grab drayber sa overlooking. Sa wakas, p'wede nang sumugod sa pinakamalapit na CR si Manong, o sa sasakyan na lang niya mismo. Tanaw nina Alison at Katrina ang ilaw ng mga gusali at bahay sa malayo, ang dahon ng mga puno na tinatamaan ng liwanag ng buwan. Mala-picnic area ang lugar, may mga kahoy na upuan, may mga silungang sawali. Sa may silungang sawali sila umupo. Bihira ang tao sa lugar, may mangilan-ngilang mga nakamotor na nakatambay. Pero pagtapos maglitra-litrato, umaalis na rin. Hanggang sa lumalim ang gabi't unti-unti nang naubos ang mga dumadayo sa taas.

Naglabas ng nakabilot nang joint si Katrina. Tulad ng dati, shotgun. Humiga si Alison sa hita ni Katrina. Pinaandar ni Katrina ang kanyang kanang kamay, ipinasok niya sa blouse ni Alison at mariing nilamutak ang suso nito, dinaliri ang utong. Hihingal-hingal si Alison. Pagtapos sa mga suso ni Alison, dumako ang kamay niya sa likuran ng pantalon ni Alison, pababa sa pwet, paputang puki. Nilaru-laro niya ito hanggang sa maglawa ang kamay niya sa katas, ipinangkasta niya ang dalawang daliri sa hiyas ni Alison. Nabitiwan ni Alison ang kapit-kapit na cell phone. Dinampot iyon ni Katrina, inilapag niya sa tabi at ipinagpatuloy ang ginagawa kay Alison.

"It's fucking awesome done outdoor, right, hunny?" buyo pa ni Katrina sa nagdedeliryo nang si Alison.

"Uhhhh, uhhhhhhh, I love you! Fuck you!" balik ni Alison.

Dinampot ni Katrina ng kaliwang kamay ang phone ni Alison sa kanyang tabi, napansin niyang nakuha pa nitong makapagpaalam sa ama habang dinadalirot niya.

Long press sa message > remove / copy / cancel.
Unsend / Remove for You
You unsent a message.

Nagawa iyon ni Katrina habang patuloy na nagtatrabaho ang kanang kamay. Pinanonood sila ng bilog na buwan, ng mga puno, ng mga halaman sa paligid. Nakatanghod ang nakangangang bangin sa kanila.

"You miss this, hunny, you miss this, huh?" Pabilis nang pabilis ang pagdaliri ni Katrina.

"Yes, yes! I miss it, fucking miss it, ughhh, ughhh!" walang-humpay ang pag-ungol sa sarap ni Alison.

Bahagya nang hinila ni Katrina pababa ang pantalon ni Alison.

"No! Baka may makakita sa 'tin!" pakli ni Alison.

"Walang tao, it's late. Saglit lang, hunny," pamimilit ni Katrina.

Ibinaba ni Alison ang pantalon hanggang binti, tumagilid at bumaluktot. Nilaplap ni Katrina ang butas ng kanyang pwet hanggang puki na mistulang isang gutom na aso. Sinasalo ng bunganga ng bangin ang lalong lumalakas na palahaw ni Alison.

Hindi nagtagal, narating ni Alison ang rurok, ang sukdulan ng init. Ang dulo ng mundo. Sa malamig. Nanatiling nakatanghod ang bangin sa kanila. Mahigpit ang yakap niya kay Katrina.

"Matitiis mo pa ba ako?" abot ni Katrina ng joint kay Alison.

Malalim ang hitit ni Alison. Maubo-ubo siya sa kanyang pagbuga. Pakiramdam niya, hinehele siya ng lamig ng hangin. Para siyang kinakanlong ng bangin sa kanyang harapan—ang overlooking na tanging mga kahoy na bakod lamang ang pagitan sa mga namamasyal. Ngayon, sa kanilang dalawa, isang iglap, sa kanya na lamang mag-isa. Nakita niyang lumalakad papalayo si Katrina. Habang siya, naiwang kinakain ng kumukumot na dilim, ng tumabong dilim sa kanyang mga nakikita, sa kanyang paghinga. Sa kanyang malay.

"Katrina!" buong puwersa niyang sigaw pero ramdam niyang tinakasan siya ng lakas. Hindi lumingon si Katrina. Tuloy-tuloy ito sa pagbagtas ng daan palayo sa overlooking.

Nananatiling nakatanghod ang bangin. Nakanganga. Dinadaanan-hinihimpilan, nilalampasan ng liwanag ng buwan. Humihinga ng hamog. Dilim lang ang may katiyakan.

14
PARTY CRASHERS

NAG-TEXT si Mang Romy. Pagabi na. Hapon ang pangako niya. Pero walang problema, dahil naihanap niya raw ako ng mismong hinahanap kong setup ng bahay.

Romy Porman
Sto. Rosario, Silangan. House for rent.
Me bakuran at garahi. Layu sa katabing haus.
23k monthly.

Bibisitahin ko bukas para makapagdeposito na rin agad. Sana nga, totoong swak sa binilin ko. Maya-maya, may pumarang taxi sa harap ng store. Si Benjo. Nawala sa isip ko, itong pick-up nga pala ang gagamitin kaya sitak muna siya ngayon.

"May screw driver kang dala?" tanong nito agad sa 'kin pagbabang-pagbaba ng taxi.

"Do'n sa likod, sa tool box," tugon ko.

Inilagay niya muna ang mga paper bag ng pinamili sa passenger seat saka dumiretso sa likod, bitbit ang isang bagay na naka-plastic. Kinuha niya ang tool box. Sumunod ako para umusyoso kung ano'ng gagawin niya. Kinalas niya ang plaka at pinalitan ng bago.

"Nagpagawa ako ng plaka sa tropa," anas ni Benjo habang ikinakabit ang bagong plaka. "Hindi p'wedeng itong plaka mo gamit natin." Iniabot niya sa 'kin ang tinanggal na plaka.

Pumunta kami sa harapan. Kinuha ko ang yosi sa bag sa loob ng truck at sininop ang plaka. Kinuha ni Benjo ang isang bag. Dinukot niya sa paper bag ang kanyang maskara para ipakita sa 'kin. Iguana. Bayawak.

"Ayos ba?" wasiwas nito ng maskara niyang bayawak.

Dinukot ko naman ang para sa 'kin. Kulay dilaw. Duck mask.

"Ano'ng naisip mo, bakit itik 'tong maskara ko?" usig ko kay Benjo.

"'Yan na lang maayos na natira dun. Yung iba, dragonfly at bee. E, insect yun, hindi animal. E, animal ang tema, 'di ba?" katwiran pa niya.

"Bayawak, itik. Suwabe, swak na swak," hirit ko pa.

"Pengeng yosi."

Kumuha muna ako ng isa at nagsubo saka ko inabot sa kanya ang kaha. Yumosi kami ng tigdalawa bago sumibat. Nagpresinta siyang magmaneho dahil mas maalam naman siya sa mga daang hindi ma-traffic—kung totoo bang may gano'n sa Metro Manila. Habang b'yahe, tinanong ako ni Benjo.

"Ano hatol? Ulitin ko lang, 'di na 'to madadaan sa usap lang."

"Wala kong balak makipag-usap nang maayos. Kahit magulo," sagot ko.

Tumangu-tango lamang si Benjo. Alam niya kasing sa 'ming dalawa, ako itong hangga't maaari kapag may gusot, daanin sa maayos na usapan. Daanin sa diplomasya. Pero ibang usapin ito. Sunog ang lahat ng panulayan ng diplomasya kapag kaligtasan ng mahal sa buhay ang kinokompromiso.

Pagdating namin sa venue, hanap ng parking na malapit sa spot. Kabi-kabila ang parking dito sa Don Pedro, sidewalk parking na. Daming tao. Tanaw na namin ang ilang nakamaskara sa direksiyon ng The Turf. Bandang dulo ng street na kami nakahanap ng espasyo. Bago bumaba ng sasakyan, nagsuot na kami ng maskara. 'Yon ang plano, magmaskara pagdating hanggang makasibat. Walang alisan.

"Lakas ng dating ng bayawak, Benj," bati ko sa kanya.

"Sa 'yo rin. Mighty Duck."

"Mighty Duck puta."

Tumulak kami papuntang The Turf. Nalulunod sa bass ang sound system. Sa labas, damang-dama ang bayo, parang sinasapak ang dibdib namin. Bayad entrance, 250 with 1 free beer. Tatak sa braso. Pasok. Naawa ako sa mga bouncer. 'Di man lang bigyan ng maayos na maskara. Akala ko malala na itong akin. Bear ang maskara ng dalawang bouncer, pero karton, 'yong tipong libre sa mga chichirya noon o nabibili kina Aling Tessie ng tres dalawa 'tapos gomang sinasabit sa magkabilang tenga ang pansuot.

Pagpasok namin, sinalubong kami ng iba't ibang uri ng hayop. Welcome to The Turf Zoo. Duo ang nakasalang sa stage.

"Nasa labas pa lang tayo, dinig ko na niri-rip ng mga 'to," banat agad ni Benjo.

"Sino na naman?" Parang who's der sa knock, knock. Kailangan naming iangat sa normal na paglalakas ng boses ang mga boses namin gawa nang naka-max 'ata sa master volume itong monitor ng performer at isa pa, nakamaskara kami—harang sa bibig, harang sa pandinig.

"Suicide Boys. Suicide Boys Tagalog ang mga loko. Wala, 'nantong mga batang 'to. Akala nila, sila lang may internet. Akala nila, bobong katulad nila lahat ng makakadinig ng kanta nila," litanya ni Benjo.

Hiwa ang lalamunan
Luwa mga mata
Bilutin mo ang doobie

Sisindihan ko na, brap!

"Hayaan mo na. Tingin mo ba, iniitindi pa ng mga batang 'yang mga ganyang bagay? 'Kita mo, palong-palo nga yung crowd, o," turo ko sa laksa ng mga nakamaskarang-hayop na nasa harapan, buma-bounce sa slowcore ng duo, ng Suicide Boys Tagalog, 'ika nga ni Benjo.

"Tangina. Hassle," anas ni Benjo.

"Bakit?" tanong ko.

"Ang daming naka-bunny mask."

Inikot ko ang paningin ko, sa mabilisang gala ng tingin. Sa mabilisang tantiya, may apat, lima akong nakitang naka-bunny mask.

"Easy ka lang. Mag-a-update 'yan sa social media mamaya," sabi ko sa kanya. "Bounce ka muna d'yan," kantiyaw ko.

"Bounce amputa," kalahati ang ngiti at iiling-iling niyang sabi.

"Magandang gabi, kami ang Tiwakal Gang. Follow n'yo kami sa Fehsbook at Spotifhy!" pakilala ng duo sa stage. Sigawan, palakpakan ang crowd. Tiwakal Gang. Suicide Boys. *Lupet.* Nagkatinginan kami ni Benjo.

"Galing, 'di ba?" hirit niya. "Tiwakal Gang, katakot."

"Ororkor," biro ko pa. 'Di agad nakaresponde si Benjo, panay ang scroll sa phone.

"Heto, may update."

"Nasa'n banda?"

Nakalagay sa post ni Katrina, *"At the moment. Performing live— Tiwakal Gang."* Litrato ng crowd at Tiwakal Gang kanina. Bandang kanan galing ang lumitrato, kanan ng stage. 'Kita namin ang isang babaeng naka-bunny mask bandang kanan ng stage, nasa isang mala-sirkulo ng mga kapwa hayop. Bahagya kaming lumapit ni Benjo para magmasid.

"'Kita mo yun?" tanong ni Benjo.

"Alin?" balik ko ng tanong.

"Nag-aabot ng item yung Katrina."

"'Di ko napansin, daming nakaharang na fetus."

"Sabay silid ng pera sa sling," papala-palatak na sabi ni Benjo. "Pusher pa ang puta."

"Maluwag naman dito, e. Kanina pa nga amoy dugkat," sabi ko.

Lumapit pa kami, sapat para makita ang galaw ni Katrina. Napansin naming bawat babati sa kanya, may iniaabot siya. Siksik na tea bag. Ang iniaabot sa kanyang tig-iisang libo, hindi na sinusuklian. Hindi 'to basta item na hinango lang sa Tipas o Buting.

"Ya'll guys havin' a good time?" sabay tutok ng mic sa crowd ng gig host. Halo-halong sigawan ng yes at fuck you.

"Suportahan natin ang venue, bili pa tayong beer!" taas niya ng hawak na Red Horse. "Our next perfomer, tangina, imposibleng 'di n'yo kilala! Heto na, si LiL Sheep!" Nagkaingay nang todo ang venue, nagwawala ang crowd. Pumasok ang artist.

Tuss, nahihibang! Nahihibang!
Tuss, sa usok na ibinuga!
Brap, walang kasingsarap!
Tuss, 'wag kukurap, 'wag kukurap!

Tyumempo kami ng lapit kay Katrina. Pagtapos niya abutan ang nasa harapan naming panda at koala, dagling sumingit si Benjo.

"Kush?" pasimpleng tanong ni Benjo.

"Name?" tanong agad ni Katrina.

"Why the need?"

"No reservation, no item policy," matigas na sabi ni Katrina.

"Kids score 1k. I'd be getting ten if item is good. Free taste?"

Natigilan si Katrina. Luminga-linga. Ako naman, nag-aabang sa mga igagalaw ni Benjo. Dumukot si Katrina ng joint sa kanyang bra at iniabot kay Benjo. Angat ng maskara bandang bibig, sumimple ng sindi si Benjo. Malalim na hitit. Ipit sa baga. Matagal bago niya pinakawalan ang makapal na usok sa loob ng kanyang maskara.

"Shit is good," anas ni Benjo habang umaaso pa ang bibig. "I am scoring ten," dukot ni Benjo ng pitaka sa likurang bulsa.

"10k is too much to hand here, we can do it outside," ani Katrina.

"Outside we go." Tinanguan ako ni Benjo.

Tumulak kami papalabas. Lumakad din ng ilang kanto dahil sa layo ng nakuhang parking-an.

"Are we doing this forever?" sarkastikong hirit ni Katrina.

"This is Poblacion, what do you expect?" sagot naman ni Benjo.

Pagdating namin sa dulo ng street, sumindi pang muli si Benjo. Sige ang pambobola niya kay Katrina. Kesyo good shit, good shit ang item.

"Let's sort this shit now," anas ni Katrina na parang atat na atat nang sumibat.

Kumubli silang dalawa sa tapat ng passenger seat. Hinayaan ni Benjo na bukas ang pinto—pangharang at baka may magmiron. Sinenyasan niya ako. Dali-dali kong binuksan ang likod ng sasakyan. Kinuha ko ang claw hammer sa backpack at binalot ko sa extra T-shirt na dala ko.

"I'll def' tell my homies about this good stuff. Here," abot ni Benjo ng malulutong na sampung libo kay Katrina.

"Contact Maxwell next time, reserve your item. That's how we do it here." Binilang muli ni Katrina ang iniabot ni Benjo.

"Oh, Maxwell the dude. The good source, ha." Nakunot ang noo ko. Kung makahirit si Benjo, akala mo kilala niya talaga 'yong binabanggit na tao ni Katrina.

"You getting another ten the next, he might even give you a rebate." Sinilid na niya ang pera sa sling.

Puggg!

Kontrolado pero 'di maikakailang malakas ang palo ko sa likod ng ulo niya. Antimano siyang bumagsak sa gutter kahit pa balot ng makapal na tela ang martilyong gamit ko. Binuhat namin siya at inilagak sa backseat. Luminga-linga kami sa paligid. Hindi kami nagmadaling umalis. Pinakiramdaman muna namin ang lugar. Abala pa rin ang mga bisita ni Don Pedro. Subsob lahat katitikim sa sinasabi nilang 'mundo.'

Na kay Benjo na ang sling bag. Check sa laman. Marami-rami pang tea bag ng kush. Puro bungkos ng tig-iisang libo ang perang nakasilid. Cell phone. Yosing-yosi na kami ni Benjo. Pero hindi kami makapag-angat ng buong maskara sa lugar. Kaya nang maramdaman naming steady ang sitwasyon, sumibat na kami. Mahimbing ang tulog ni Katrina sa likod.

Paghubad ng maskara, mistula kaming naghilamos. Mahilamhilam pa kami sa alat ng pawis na dumantay sa mga mata namin. Yosi habang b'yahe. Nagsalang ako ng Ghetto Dogs. Pagpasok ng intro ng *Babala*, gumusot agad ang mukha ni Benjo.

Babala sa mga rapper na hindi gagalang
Babala sa mga rapper na hindi rerespeto

"Putangina, 'yan, 'yan!" sabi ni Benjo na umiindayog ang ulo. Gusot ang noo, tiklop ang labi.

Hinayaan kong namnamin ni Benjo ang tugtog. Pasilip-silip ako kay Katrina sa rearview mirror. Para akong binubuhusan ng maraming lungkot, ng pangungulila. Ang utak ko, hindi nananahimik. Kahit ano'ng hiling ko sa kalawakan, na sana ay nasa mabuting kalagayan ang anak ko, kung ang mga natatahi-tahing sitwasyon ay ganito, sa'n pa ba ako kukuha ng dahilan at katwiran para paniwalain ang sarili kong problemang tin-edyer lang 'to? Dagdag pa ng mundo nitong Katrina. Hingal na hingal ang utak ko't dibdib. Nasusuka na ako sa pagod.

"Patay ang 'di gagalang, madapaka take that!" sabay ni Benjo sa kanta.

Naalimpungatan si Katrina. Sinubukan niyang bumangon at sumigaw. Pero imposible 'yon. Busal ang kanyang bibig, nakapiring ang mga mata, nakagapos ang mga paa't kamay. Ang alam niya lang ngayon, tangay-tangay siya ng magkasamang bayawak at itik, sakay ng lumang truck na binabayo ng *Babala* ni Pooch.

"Kanina pa tawag nang tawag 'tong Maxwell," anas ni Benjo.

"Drop mo. Check mo mga text preview."

Maxwell_09

Bat di u cnasagot babe?

L

Dyn kpa spot?

Ano ok nb?

Puta bk nman pti aq iistiryuhin m pa? babe?

15
BALANSE

PAKANTA-KANTA pa ang paslit habang tinatahak ang daan pauwi sa kanilang bahay. Bitbit niya ang tatlumpirasong bond paper, ingat na ingat siyang huwag magusot ang mga ito. Ang bilin kasi ng guro nila, ipasa nang malinis at maayos ang ginuhit na pangarap sa isang short bond paper. Sabik na sabik siyang gumuhit. Kung hindi nga lang gano'n kalayo ang tindahan sa kanilang munting barung-barong, kanina pa siya nakapagsimulang gumuhit.

Napahinto siya sa paglalakad nang silawin siya ng ilaw ng isang sasakyan. Pinili niyang huminto sa pag-aalalang baka malubak ang kanyang paa't madisgrasya pa ang binili niyang papel. Hinintay niyang lumampas ang sasakyan para makapagpatuloy siya ng lakad. Pero hindi. Bumaba ang isang mama. Panakbo siyang tinungo nito at marahas na binitbit papaloob ng sasakyan. Sigaw siya nang sigaw. Inis na inis siya dahil dumulas sa kamay niya ang tatlumpirasong bond paper.

"Sino kayo? Yung kopombam ko, madumi na!" sigaw nito sa mga mama sa loob ng sasakyan. Sige siya ng iyak. Nahinto na lamang iyon nang bayuhin siya ng baril sa ulo ng isang mama. Gumawa ng sanga-sangang daan sa kanyang mukha ang tumulong dugo mula sa kanyang tuktok.

"O, ang lagay. Runner ito, ha?"

"Oo, e ganyang edad naman kinukuhang runner talaga, 'di ba?"

"Iayos na, nang makauwi na. Yung para sa 'tin, ikaw na kumuha, Marquez."

"No problem, Sarge. Nakamagkano tayo?"

"Anim na kinse, dalawang bente-siyete."

"Bale, ano. Wamporti plus. Wamporti, ano?"

"Wamportipor. Bilangin mo, ha."

"Copy po."

Kinabukasan, natagpuan sa Malibay ang paslit, sa isang basurahan sa likod ng magkakatabing kainan. Sa lumabas na report sa balita, nagtamo ng labing-anim na tama ng bala ang paslit. Kinilalang John Arthur Solano ang bangkay ng bata. Taga-Tipas, Taguig, grade 5 student. Pinaghahanap ito ng mga magulang at natagpuan na lamang sa Malibay nang tumugma ang ibinigay na identification ng mga magulang sa report ng mga pulis Pasay. Berdeng T-shirt, dilaw na jersey shorts, kapwa na kulay pula matapos tumamo ng labing-anim na tama ng bala; walo sa katawan, dalawa sa mukha, tatlo sa kanang binti, dalawa sa kaliwang tuhod, isa sa palad—na lumikha ng pinong butas, indikasyon na sumubok pang sumalag ang bata. May karton sa ibabaw ng bangkay nito, *Raner*.

Walang nagawa ang ama't ina nang makita ang bangkay ng kawawang anak kundi maglupasay, magpabaha ng luha, at isigaw sa hangin na ang anak nila ay mabuting tao, inosente, mabait. Pero wala iyong saysay. Bayad na ang balang bumutas sa katawan ni Arthur at ng ilan pang may kapareho nitong kapalaran. Malinis na nakuha ni Marquez ang wamportipor. Hating-kapatid, ani Sarge.

Kinokoronahan ang demonyo sa panahong ito at alam nilang nasa panig nila ang marami. Kapangyarihan, impluwensiya, simpatya. Lunod na lunod sa saya, lasing na lasing sa ligaya. Walang paglagyan ang bukal ng pera-palit-dugo. Dugo't luha ang langis ng giyerang minamakina. Pinananagot ang mga naghahabol ng kasagutan. Kaya iiyak na lamang ang mga magulang ni Arthur, magdadasal sa Panginoon, hihingi ng hustisya sa langit. Mabubuhay sa takot habang kinokoronahan ang diyablo.

Bukas, may lakad ulit ang grupong pinamumunuan ng tinatawag nilang Sarge "Barbie" kasama ang mga tao nitong sina SPO3 Arnold Andaya, SPO3 Jayson De Dios, at SPO2 Edgar Marquez. Pero bago iyon, may sisingilin muna si Marquez. Isdang pantapal para hindi muna magalaw ang mga malakihang biyaya.

Nito lamang ay matagumpay nilang nasakote ang isa sa pinakamasipag at matalas na source ng marijuana sa Pateros. House party sa Tipas. Nagtipon ang mga kabataan dala-dala ang kani-kaniyang angas, beat, bars at pang-iskor s'yempre. Open mic. Duraan ng bara. Masaya ang lahat. Bumabaha ng alak. Lumulutang sa usok ang mga utak. Legalize, legazie. Biglang bulaga, pasok sa eksena ang Anti-Illegal Drugs group ni Marquez, sorpresa. Kumpiska lahat ng item. May ilang mahahalagang gamit na nawala sa bahay—ebidensiya raw sabi ng awtoridad. Walang nanlaban, walang binutas na sentido. Walang tinumba.

Sa presinto, sunod-sunod na nagdatingan ang mga magulang para tubusin ang kanilang mga anak. Pero maiiwan ang target. Ang source. Ang tagapagkasa ng mga dausan. Si Maxwell Nuñez. Iba ang hatol sa mga tulad niyang sa mata ni Marquez, perpetwal na gatasan. Solong lakad ito ni Marquez. Sa laki ng kasalukuyang tinatrabaho nila sa grupo ni Sarge Barbie, hindi na maiisip ng mga kasama niya na makisawsaw pa. Wala rin naman siyang balak na magtawag pa.

Sa dami ng item na nahuli kay Maxwell, hindi uubra ang piyansa. Pero sa lalim ng kasuwapangan ni Marquez, walang hindi uubra sa ngalan ng pera. Ilang sapak, ilang bigwas, ilang sargo sa bibig, paulit-ulit na tsupa sa burat ng baril, bumigay rin ang nagmamatigas. Sa loob-loob ni Marquez, *Putangina, anihan na naman.* At ang mga item na nakumpiska, mabilis naipabenta ni Marquez sa sarili niyang pusher.

Pero 'ika nga, ang bituka ng taong suwapang ay walang-hanggan. Buhay na patunay si Marquez. Bago ikasa ang paniningil ng balanseng ransom sa maybahay ng negosyanteng kinidnap nila, gumawa na siya ng sariling diskarte. Sa isip niya—bakit, kanino magsusumbong ang mga kasama niyang dorobo, sa pulis? Ilang araw bago ang napag-usapang bigayan ng balanse, tinawagan niya ang maybahay.

Calling 09472927791
The number you have dialed is > *End Call* > *Redial*

Calling 09472927791....
The number you > *End Call* > *Redial*

Send to: 09472927791
Ayw u sgutin? Awy u tubucn aswa mu?

09210217691 is Calling
Answer | Decline
"O, 'di ba ayaw mong sagutin?"
"Sarge?"
"Mas gugustuhin mo akong kausap kesa ke Sarge."
"Sino 'to?"
"Mas mabait ako kay Sarge. Makinig ka."
"Wala akong panahon makipaglokohan."
"Hindi ako nakikipaglokohan. At alam kong malaki ang kinalaman mo sa sitwasyon ng asawa mo ngayon."
"Sino ka?"
"Akala mo ba, pagtapos mong ibigay ang balanse kay Sarge, makukuha mo nang gano'n-gano'n lang ang asawa mo?"
"Kung minamadali n'yo ako, may usapan tayo. Iniipon ko pa."
"Putangina mo! Makinig ka munang puta ka!"

"Ibibigay ko ang balanse, parang awa na ninyo, ibalik n'yong ligtas ang asawa ko!"

"Ako ang tumatao kung sa'n naro'n ang asawa mo. Ibabalik ko nang buo ang asawa mo, sumunod ka lang sa sasabihin ko."

"Nakikinig ako."

"At putangina mo, huwag na huwag mong babanggitin kay Sarge 'to kung ayaw mong putol-putol na katawan ng asawa mo ang umuwi sa 'yo."

"Ibibigay ko ang balanse, hindi ako mag-iingay, ibalik mo lang ang asawa ko."

"Makinig ka."

Walang nagawa ang maybahay kundi sumang-ayon sa kanya, sa lahat ng ipinag-utos niya; ang lugar, oras, mga kondisyon. Masinsin at maingat ang plano ni Marquez. Sa loob niya, hindi siya para manlimos na naman sa sinasabing hating-kapatid ni Sarge. Sawa na siya sa pamumulis ni Sarge sa kanila. Panahon na para mamulis pabalik.

"Tandaan mo ang malaking pinagkaiba, magbayad ka o hindi, hindi na nila ibabalik ang asawa mo. Pagtapos makuha ni Sarge ang kailangan niya sa 'yo, kalat na lang kayo na pare-pareho niyang ililigpit bukas-makalawa. 'Yan ang realidad ng mga ganitong lakad, misis. Hindi ito pelikula."

Patuloy ang pag-iyak ng maybahay sa kabilang linya. Hindi makabuo ng salita sa pangangatal. Sumasapin ang takot sa tinig. 'Di makaapuhap ng agarang pantugon.

"S-Susunod p-po ako, susunod po ako."

Nakalatag na ang lahat ayon sa sarili niyang plano, kontra-plano sa galaw ng kanyang grupo. Ito ang kanyang panahon. Susugal na rin lang, tumaya na sa liyamado. Uuwi siyang maraming pasalubong sa asawa't mga anak. Ngayon pa lang, dama na niya sa kamay ang milyones. Ngayon pa lamang, nakikita na niya kung pa'no magkakandaletse-letse ang kanyang grupo, ang kanyang dating grupo. Mamaya, pag-uwi, titirahin niya ang item na nahuli nila sa mga Nigerian sa Bicutan. Batid niya, mas pumuputok ang talino niya sa item ng mga Nigerian. Mas mahahasa niya pang mabuti ang kanyang plano. Ibang klase. Ibang kalibre. High quality. Isang tulad niyang nakadugtong ang lahat ng diskurso sa gatilyo ay nakararamdam ng pagputok ng katalinuhan tuwing titira ng tres. Siya, na ang lahat ng argumento at pilosopiya sa mundo ay matatagpuan lamang sa pananakot at karahasan, nakadadama ng talino kapag gumagamit, kapag nakagagamit.

Natatawa siyang mag-isa kapag naiisip ang mga mangyayari. Pilit niyang itinatago dahil ayaw niyang isipin ng mga nakakikita na siraulo siya, kahit sa loob-loob niya ay alam naman niya ang tunay na estado ng kanyang pag-iisip.

"Boss, chop po ba?" tanong ng crew. "Boss, tadtad ba 'tong manok?" ulit pa nito.

"Ay, oo. Pakitadtad. Padagdagan ng sarsa 'yan, ha."

"6 pesos po, boss."

"Apatin mo na pala."

Pagtawid ay bumili naman siya ng donut para sa mga bata. Sa katabing convenience store, bumili naman siya ng Extra Joss, Gatorade at Cream-O—titirahin niya muna ang kanyang misis bago niya tirahin ang Nigerian coke. Sa ganitong paraan niya lamang maikukuwento ang kanyang tagumpay. Malaki ang tiwala niya sa kanyang plano. Kaya wala pa man, nagdiriwang na siya. Kumbaga, advance party.

"Sir, ubos na po ang icy mint."

"Original na lang."

Paulit-ulit ang ugong ng kanyang phone sa kanang bulsa ng pantalon. Text message mula sa sender, Trina. Petsa, oras, lugar. *Inggreso,* sabi niya sa sarili.

16
SETAP

PINALIBUTAN ng makakapal na kurtina ang bodega, lumang kutson ang itinapal sa pintuan. Sa labas ng bodega, naka-loop ang *Super Session* ng Juan Dela Cruz. Alam nilang gagawa ng ingay si Katrina kapag tinanggalan nila ng busal kaya sinigurado muna nilang kulong ang anumang tunog sa bodega at guguwardiyahan iyon ng sounds sa labas. Kinalag ni Benjo ang busal ni Katrina.

"Putangina n'yo! Sino kayo? Tuloooooong!" sigaw ni Katrina.

"Kanina lang inglisera ka, ha?" ani Benjo.

"Malagutan ka ng litid, hindi tatagos sa mga pader na 'to 'yang boses mo," segunda ni Rey.

"Who the fuck are you? What do you want from me?"

"Ano'ng password nitong phone mo?" tanong ni Rey.

"Fuck you!"

"All caps?" balik ni Rey.

"Putangina n'yo, what do you want from me?"

Iniabot ni Rey ang phone kay Benjo. Nilapitan niya si Katrina. "Maayos kitang tinanong tungkol kay Alison," anas niya habang nakatitig sa mga mata ni Katrina. Natigilan lang ang huli, malalim ang paghinga.

"What the fuck are you talking about?"

Kinuha ni Rey ang phone. Ipinakita ang kuha niya sa mga CCTV footage at booking history ng Grab. "Ito, ano 'to?"

"That is what we are fucking talking about, gago," singit ni Benjo.

Lumuhod si Rey sa harapan ni Katrina na nakasalampak sa sahig. "Dinala mo sa overlooking si Alison, pero mag-isa ka na lang bumaba. Nasa'n si Alison? Ano'ng nangyare sa anak ko?" garalgal ang boses ni Rey, nanginginig, nakadikit ang kamao sa sahig.

Hindi umimik si Katrina. Nakatiklop lamang ito. Ngayo'y parang gusto na lamang niyang ibalik sa bunganga niya ang busal.

"O, bakit hindi ka makasagot sa shit we're talking about?" pandirilat pa ni Benjo ng mga mata kay Katrina. "The fuck we talkin' 'bout, ha."

Nakayuko si Rey, hahangos-hangos, parang gusto nang sumabog. Iniingatan ang timpi, padiin nang padiin ang pagkakatanim ng kamao sa sahig.

"Bakit ayaw mong sumagot?" nangangatal na ang boses ni Rey. Wala pa ring imik si Katrina. Gusot ang mukha nito, iwas ang tingin. Tumayo si Rey. May kung ano'ng kinuha sa ibabaw ng lumang aparador. Bumalik siya kay Katrina dala ang sling bag. Itinaktak niya ang bukas na bulsahang kinalalagyan ng mga tea bag ng item. Nanlaki ang mga mata ni Katrina. Sumenyas si Rey kay Benjo. Inapak-apakan ni Benjo ang mga item.

"Hey! Hey! Fuck! Stop! Quit it! Fuck!"

"Nasa'n si Alison?" muling tanong ni Rey.

"I told you, I don't know what you are talking about!" sigaw ni Katrina. Lalong diniinan ni Benjo ang pag-apak sa mga item, natatanggal na sa tea bag ang mga laman. Nalalasog na ang pagkakasalansan.

"Stop it, you fucking bastard! A group of guys in black took Alison!"

Huminto si Benjo, natigilan si Rey, bigla'y humiwa ang kantang 'Kagatan' na tumutugtog sa labas ng bodega—sa katahimikang biglang nangibabaw ng ilang saglit.

"I was afraid! 'Di ko alam ang gagawin ko! Takot na takot ako," pagtutuloy ni Katrina na nagtutubig na ang mga mata.

"Grupo. Kilala mo? Natatandaan mo ang mga itsura?" usisa ni Benjo.

"Naka-facemask sila. I wasn't able to recognize one. Sobrang bilis, they snatched Alison that quick."

"At ikaw, hindi ginalaw?" Sige ang usisa ni Benjo habang mataman lamang na nakikinig si Rey.

"I was able to run, and—and hide, fuck! Hinintay ko silang makaalis then saka ako umalis sa scene, takot na takot ako! 'Di ko alam ang gagawin. I am sorry! I am sorry! Wala akong nagawa for Alison!"

Napapaisip si Benjo. Kinuha nito ang kaha ng sigarilyo sa likurang bulsa, kumuha ng isa, nagsubo't nagsindi saka ipinasa kay Rey ang kaha. Nagsindi rin si Rey at umupo sa sahig. Kekembot-kembot ang usok sa tama ng liwanag ng bumbilya. Si Katrina, pagapang na inaabot ang mga nagkalat na chongki. Pilit na isinasalansan ang mga ito gamit ang nakagapos na mga kamay. Iiling-iling si Benjo. Batid niya, mala-back to zero silang dalawa ni Rey sa paghahanap at lalong batid niyang parehong bagay ang tumatakbo sa isip ng kaibigan ngayon.

"Walang natandaan kahit isa, mga nakaitim, naka-facemask," iiling-iling na pag-iisa-isa ni Benjo habang bumubuntonghininga ng usok ng sigarilyo. Si Rey, panay ang swipe sa phone, panay ang balik-balik sa mga larawan. Pagkaubos ng sigarilyo, tumayo ito.

"Katrina, sana naintindihan mo kung bakit nagawa namin 'to. Pasensiya na," anas ni Rey. Walang-imik si Katrina. Akap-akap nito ang mga nasalansang tea bag.

"Pa'no 'to?" tanong agad ni Benjo.

"Palipasin lang natin ang umaga, ihatid natin siya pauwi," tugon ni Rey.

"Pucha, e kung isumbong tayo niyan sa pulis? Tayo pa maha-hassle!"

"Won't tell anybody. I just want to go home," pakli ni Katrina.

"Rey?" panghihingi ni Benjo ng paliwanag sa kaibigan.

Lumakad papalabas ng bodega si Rey, siyang sunod naman ni Benjo.

"Please, untie me first," habol ni Katrina. Huminto ng lakad si Rey, umuna na si Benjo sa labas.

"Ihahatid ka namin pauwi. Maghintay ka," anas ni Rey saka nagdiretso ng labas.

Paglabas, dumiretso ng kusina ang dalawa, nagpakulo ng dalawang tasang tubig sa takure, nagtakal ng kape't asukal sa kani-kaniyang tasa.

"Iuuwi ba natin talaga 'yan?" tanong na naman ni Benjo.

"Kung mali ang hinala ko."

"Hinala?"

"Kumbinsido ka ba?"

"'Di ko alam," tipid na sagot ni Benjo.

"Kumbinsido ka nga."

Kumulo na ang tubig. Nagsalin si Rey sa bawat tasa. Nagsindi silang muli ng sigarilyo. Halo ng kape. Kaunting higop. Hitit, buga.

"Takot na takot daw siya," pakita ni Rey ng clip ng CCTV footage kung sa'n lumalakad pababa si Katrina palayo sa overlooking. "May takot na takot bang ganyan maglakad?"

Iiling-iling si Benjo. "Lakad-katatapos lang mag-window shopping 'yan," tanto niya.

"Nakatakbo raw siya at nagtago. Sa'n siya magtatago, sa ilalim ng bangin? Alalahanin mong maigi yung lugar. Napakablangko. Ano't saan siya posibleng makapagtago? Sa baba lang nagsimula magkaroon ng nag-iisang tindahan, ng mga bahay."

Pinukpok ni Benjo ng palad ang kanyang noo. Nalagyan pa ng upos ang kanyang buhok na siya ring pinagpagan agad. Sinundan niya iyon ng paghigop ng kape.

"Para kong natanga dun, ah," pagtanto na naman ni Benjo.

"Yosi ka kasi nang yosi," hirit pa ni Rey.

"Tangina, ano'ng kinalaman nun?"

"Magpakulo ka pa ulit ng tubig."

———————

KINAUMAGAHAN, dumiretso sa hardware si Rey. Inabutan niya na doon si Mang Romy, maaga sa usapang oras. Tulad ng nakagawian, paresibo muna bago ang lahat.

"Mang Romy, pagtapos nito, saglitin natin yung bahay. Pinapaabot na rin nung rerenta yung advance."

"Maigi kung pa-deliver na lang itong materyales para makalakad na tayo, para minsanan ang lakad, ano, boss?"

"Ipaasikaso ko kay Ato."

Ibinilin niya kay Ato ang mga materyales para kay Mang Romy. Bago umalis, dumukot ng ilang libong piso sa sling si Rey at iniabot kay Ato.

"Ano bibilhen, Boss?" tanong ni Ato.

"Puhunan 'yan, para kay Belen."

"Boss naman. Sobra-sobra na naitutulong mo sa 'min,"

"Asikasuhin mo yung delivery, ha."

"Boss, salamat nang marami dito. Makakapagtinda na ulit si Belen," walang-pagsidlan ang tuwa ni Ato.

"O, siya, mauna muna kami ni Mang Romy."

"Ako na bahala dito, Boss. Salamat ulit!"

Tumulak sila papunta sa uupahang bahay lulan ng sasakyan ni Mang Romy. Habang b'yahe, napatanong si Mang Romy.

"Sino'ng kaibigan ba nakisuyo sa 'yo, boss?"

"Supplier ko, pribadong tao. Ayaw ipaalam sa mga kakilala itong uupahan niya."

"Ahh, okay, okay, boss. Yung may-ari kasi ng paupahan, kliyente ko. Nagtatanong din kung sino uupa, 'ka ko naman kaibigan ko. Para wala nang che-che bureche."

"Salamat, Mang Romy."

"Maliit na bagay. Ako nga itong laging humihirit ng pabor sa 'yo."

"Itong kliyente mo ngayon, Mang Romy, hanggang kelan n'yo matatapos?"

"Ah, 'di na rin 'to magtagal. Pakyaw na e, 'buti konti lang sablay nung unang gumawa."

"Sige, ihanda ko na panghanggang susunod na linggo na resibo mo, he-he!" biro ni Rey.

"'Yan ang gusto ko sa 'yo, bossing, e."

Pagdating nila sa uupahang bahay, nilibot ni Rey ang lugar. Mga poste, karatig-eskinita, mga katabing bahay, lusutang kalsada—bago niya sinarbey ang mismong bahay. May garaheng sapat ang laki. Dalawang palapag. May dalawang kuwarto sa taas. Mula sa mga bintana sa taas, tanaw ang mga kalsada, kaliwa't kanan, sa harapan hanggang kabilang kanto. Sa kusina sa baba, may daan palikod.

"Sa'n ang bahay ng kasera?" tanong ni Rey.

"E, ginagawa pa nga namin, boss. Kaya heto, sa 'kin pinagkatiwala muna ang susi nitong bahay para mapasilip ko sa 'yo."

"Ha?" pagtataka ni Rey.

"Hindi ko ba nabanggit sa 'yo? Yung project namin ngayon, boss. Yung nagpapagawa, yun ang kasera."

"Ah, oo. Oo. Baka nakalimutan ko lang. Dami kasing hassle nung nakusap kong supplier kahapon."

"Pa'no, punta na tayo sa kasera?"

"Hihingi ulit ako ng pabor sa 'yo, Mang Romy." Dumukot ng pera sa sling si Rey. "Baka p'wede ikaw na umasikaso, heto nagpadala naman ng pera yung uupa, nagpasobra pa. Ikaw na bahala."

"Walang problema, kelan daw ba balak maglipat nung kaibigan mo, boss?"

"Sa linggong 'to, Mang Romy. Bale yung susi, makiki-drop na lang sa hardware."

"No problem, Boss Rey."

"Maraming salamat talaga, Mang Romy."

"Maliit na bagay, Boss Rey, ano ka ba? Hindi pa nga pabor 'yan kung tutuusin, e."

"Malaking bagay sa 'kin, Mang Romy."

Nagsindi ng sigarilyo si Mang Romy. "Sa dami ng ka-ching na pinabor mo sa 'kin, gusto mo magtumba pa ako ng tao para sa 'yo, e." Malalim ang hitit ni Mang Romy. Napatingin lang si Rey sa kanya. Tinatantiya kung seryoso o nagbibiro ba ito lalo't walang kasunod na tawa ang binitiwang pangungusap.

"'Wag kang mag-alala, Mang Romy, magsasabi ako 'pag meron." Nagsindi na rin ng yosi si Rey.

"Ha-ha, talagang gagawin mo 'kong hitman, bossing. Ha-ha!"

Iiling-iling at kalahati ang ngiti ni Rey. "Pakisabi sa kasera, maraming salamat. Huwag 'ka mo siyang mag-alala, good payer itong kaibigan ko."

———————

UNANG beses niyang tumutok sa computer screen. Madalas kasi, wala siyang inatupag kundi sirain ang araw ng mga ahente niyang walang ibang asam kundi matapos ang kanilang shift. Bilin sa kanya ni Rey, hanapin ang pangalang pinahahanap niya. Sa basbas ng kanyang special access sa database ng mga credit card holders, sinimulan niyang hantingin ang pangalang paulit-ulit na lumalabas sa mga conversation sa phone ni Katrina. Ang pangalang lumilitaw sa oras, petsa ng pagkawala ni Alison.

Database.
Payments and collection.
Search account
Enter full name. _
Edgar Bustos Marquez. Enter

Network Issuer: American Express
Card number: 3776 332986 96991
Name: Edgar B. Marquez
Billing Address: 21 A Kalayaan, Merville, Pasay City
Country: Philippines
CVV: 1220
Expiration date: 3/2023
Edit Info

Billing Address: 21 A Kalayaan, Merv_
Billing Address: 87 Aruga Street, Sto. Rosario,
Kanluran, Pateros, M. Mla_

Saving...

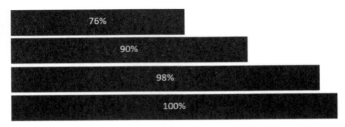

Changes successfully saved!

"BPO Yakuza, motherfucker!" anas ni Benjo habang ngumangarat sa monitor. Dial sa phone. Calling Rey V.

"O?" bungad ni Rey.

"Ayos na, amex pa. Susyal ang putangina."

"May text dito sa phone tungkol doon sa lugar sa Antipolo. Oras, araw ng punta nila dun ni Alison."

"Sinungaling ang putanginang babae na 'yan. Na-disable mo na yung fingerprint at password?"

"Oo, sinearch ko sa YouTube pa'no."

"Akala siguro niya makakauwi na siya, 'no? Tanga-tanga."

"Nakailang dutdot tayo ng darili niya sa phone kaninang madaling-araw, ni hindi man lang maalimpungatan."

"Pagod na pagod sa mga katarantaduhan niya sa buhay."

"At nakakatulog siya sa kabila ng mga kawalang'yaang ginawa niya," segunda pa ni Rey.

"Yung Maxwell, tumatawag pa?" usisa ni Benjo

"Walang-humpay. Mas nag-aalala yun sa item at pera kaysa kay Katrina."

"Ano pa meron d'yan sa phone na p'wede nating magamit?"

"Inililista ko yung mga magkakaugnay na messages, inaaral ko ngayon. Diretso 'ko sa bahay mo pagtapos nito."

"Wait, heto. Dagdag mo. Pulis 'tong Marquez, sa Taguig naka-assign," habol ni Benjo.

"Pulis?"

"Gulat ka pa?"

"May kailangan akong kumpirmahin. Sige, mamaya na lang ulit."

"Ingat. Kita kits."

"Ingat."

Tumayo si Benjo at naglibot, sinipat-sipat ang mga ahente niyang abalang nagtatrabaho. Walang lingon-lingon ang mga ahente. Pirmi ang tuon sa Avaya, sa monitor. Pero matalas ang mata ni Benjo, nakita niya ang isang ahenteng binansagan niyang 'Li'l Small' dahil sa height nito pero walang kasinglaki ang mga T-shirt at pantalon, kasya pa ang lima kung tutuosin. Kalahating nakatakip ng bull cap ang phone, naglalaro ng ML. Dinakma ni Benjo ang bull cap.

"Sorry, sir," paumanhin agad ng ahente.

"Sino'ng mga kalaro mo?" Nilibot ni Benjo ang tingin niya sa opisina. Nakayuko si Li'l Small. Walang nagbabalik ng tingin kay Benjo. Lahat malamig na nakasubsob sa trabaho.

"Sir," tonong nakikiusap ito.

"Kapag ikaw nawalan ng trabaho, tingin mo palalamunin ka ng mga kalaro mong ayaw mong sabihin kung sino-sino?" pandirilat ng mga mata ni Benjo kay Li'l Small.

"Sir, ako lang," bantulot na sagot ni Li'l.

"Li'l Small, pasensiyahan tayo."

Lumakad papalabas ng opisina si Benjo. Tahimik ang lahat. Hindi nila alam, magha-halfday na naman ang boss nila. Kailangan mabigat ang exit para walang mangunguwestiyon. Hindi nila kayang ubusin ang angas at bukal ng istiryo ni Benjo.

17
INGGRESO

SUMAGLIT ako sa bahay para i-print lahat ng screenshot ng mga text message na naipon ko mula sa phone ni Katrina. Mas madali sa akin itong sa papel ko tinitingnan kaysa pabalik-balik, paikot-ikot ako sa phone. Pagdating ko kina Benjo, inabutan ko itong nagkakalas ng mga buhol ng plastic ng mga take-out na pagkain.

"Kain na muna," alok ni Benjo.

"Dinalhan mo 'yon?" mostra ko sa bodega.

"Oo, bago ako umalis, saka heto pagdating."

"Dala ko yung mga screenshot." Inilabas ko ang papel sa backpack.

"Nag-print ka pa talaga," kantiyaw niya habang pinapaspasan ang pansit sa styro.

Inilapag ko ang mga papel sa mesa. "O, walang ibang kausap si Katrina kundi yung Marquez. Bago, sa mismong araw, at pagtapos mawala si Ali."

E. Marquez
Dalhn u sa taas yan. Kme n bhla
Kaysakat, Antipolo taas

"Nakapunta ka ba ng city hall ng Taguig?" tanong ni Benjo.

"Oo. Do'n nakaistasyon 'tong Marquez. Anti-Illegal Drugs Task Force."

"'Tapos kakontakan niya si Katrina, weed pusher. S'yempre, ba't pa tayo magugulat?"

Habang iniisa-isa ko ang mga text message, madali kong natatahi ang mga pangyayari. Pero walang kasinghirap kapag naiisip ko kung ano ang nangyari sa anak ko. Para na lang akong lumulutang habang patuloy na naghahanap.

"Tuloy-tuloy ang usap ni Katrina at nitong Maxwell hanggang bago pumasok yung mga mensaheng galing kay Marquez."

"O?"

"Heto, tignan mo mga petsa. Dalawang linggo bago pumasok yung mga text message ni Marquez, dire-diretso ang text ni Maxwell at Katrina, mag-syota natural walang-humpay mag-usap, 'di ba?" paliwanag ko kay Benjo.

"Ano, kabit ba ni Marquez 'tong si Katrina?"

"Hinde."

Kinuha ni Benjo ang mga papel, inisa-isa. Dampot ng kaha ng Marlboro sa mesita, kumuha ng isa't nagsindi saka ibinato sa 'kin. Nagsindi rin ako ng akin.

"Ano, hindi naman mahirap isipin, 'di ba?" tanong ko sa kanya.

E. Marquez

5 11 to mbigat alm nyong wlang bail ang marijuana
Yung cnsbi kong sngkwenta wla n prblema lbas n pgtaps
ako ng bhla

"Kaya siya ang nagpu-push doon sa Población, kase mainit 'tong boypren niya," tanto ni Benjo.

"Mismo. Hindi lang basta mainit. Sumadya ako sa police records din mismo sa istasyon ni Marquez. Nagpa-check ako ng pangalang Maxwell Nuñez, kakalabas lang."

"Ano'ng kaso?" usisa ni Benjo. "Drugs? Natural," sagot niya rin sa sarili.

"Yung buong dalawang linggo na hindi sila magka-text ni Katrina, iyan malamang yung buong linggo na nasa loob siya. Pero walang kinalaman sa chongke yung nasa blotter niya."

"Puta?"

"Bagansiya. Putangina."

"Puki ng ina, dalawang linggo sa loob, bagansiya?"

"Nagbayad sila ng malaking halaga. Base sa mga messages dito, dire-diretso ang hingi ng cut nitong Marquez sa magsyota."

"Pero ang tanong natin, ano'ng kinalaman ni Alison dito?"

"Hindi ko alam kung ano'ng dapat kong maramdaman ngayon. Sa totoo lang, putangina, bugbog-sarado na utak ko kaiisip. Dahil alam natin na ang realidad, mas lamang na wala sa ayos si Ali, lalo't ganito pa mga natutuklasan natin."

"Ano'ng petsa nga nawala si Ali?" tanong ni Benjo.

"November 8 yun."

"Sabi mo, nakuha mo yung detalye ng record nung Maxwell doon, 'di ba?"

Dinukot ko ang phone ko sa likurang bulsa ng pantalon. Punta sa notes. Nandito lahat, buong pangalan, edad, address, kaso, oras ng insidente, araw ng release. Putangina. Bago pa sabihin sa 'kin ni Benjo kung ano'ng naiisip niya, pumasok na agad sa malay ko ang gusto niyang sabihin. Pero hinintay ko pa ring sa kanya manggaling.

"Ano'ng petsa ng release?" tanong na nga niya.

"November 9, alas-dos ng hapon."

"Mas malaking halaga ang ibinayad nila, Rey. Putangina. Posibleng—"

"Pagbaba niya sa overlooking, pa-banjing-banjing siya. Pero ang sabi niya, takot na takot siya. Walang natatakot na naglalakad nang mahinahon. Walang natatakot na kapag nakakita ng

138

pagkakataong humingi ng saklolo ay hindi naman humihingi ng saklolo."

"Pa'no matatakot ang kaisa sa naghahasik ng takot?"

Dagli akong bumalikwas ng lakad patungo sa bodega. Nasa harapan ko ang backpack ko. Binuksan ko nang kalahati at isinuot ang kamay ko para tanganan ang claw hammer sa loob. Inabutan kong kumakain na parang aso si Katrina. Tinanggal ko ang pagkakasuksok ng kamay ko sa backpack at sinara ito. Lalong bumigat ang dibdib ko. Naaalala ko palagi si Alison. Sa lahat ng batang babae, palaging mukha ni Alison ang nakikita ko.

"Hindi ko p'wedeng kalagan 'yan. Hayaan mo siyang kumain nang ganyan," anas ni Benjo sa likuran ko.

"Bakit si Ali?" tanong ko kay Katrina. Nahinto ito sa pagkain. Napansin ko ang pangingilid ng luha sa mga mata ko. Wala siyang imik. "Bakit ginawa n'yong pantubos ang anak ko?" Sinasapnan na ng hagulgol ang boses ko. Sinusubukan kong pigilan. Kitang-kita ko sa mukha niya ang gulat.

"O, gulat ka? Putangina mo, gagawin mo pa kaming mga bobo, e!" nanggagalaiting sabat ni Benjo.

"Ano'ng kasalanan ng anak ko para gawin n'yo 'to?" Wala pa ring imik si Katrina. Nag-aagaw ang habag at galit ko sa dibdib.

Lumakad si Benjo sa harapan ni Katrina at sinipa ang pagkain nito papalayo. Talsikan ang mga kanin sa mukha nito.

"Benjo," awat ko.

"Demonyo kang babae ka! Ngayon, bigyan mo kami ng maayos na sagot kung ayaw mong magkasagaran tayo nang wala sa oras. Tangina mo ka!" dire-diretso ang singhal ni Benjo.

"Nasaan ang anak ko?" muli kong tanong kay Katrina.

"Kay Marquez," tugon nito, pero nananatiling nakayuko.

"Itong kakontakan mo, Edgardo Marquez, 'di ba?" pangu-ngumpirma ko. Sumagot ito ng tango.

"Benjo, pare, kape tayo. Makikisuyo na rin ng yosi," pakisuyo ko kay Benjo. Pero ang totoo, gusto ko lang makausap mag-isa kahit sansaglit si Katrina. Dagling lumabas si Benjo.

"Nabasa ko lahat," matipid kong sabi kay Katrina. Laging sana, kahit hindi kompleto ang mga pangungusap ko, ay maintindihan niya. Dahil sa bigat ng dibdib ko, hindi ko na kayang isa-isahin lahat ng nangyari't mga nalaman ko bago at pagtapos mawala ni Alison. Pero wala pa ring imik si Katrina.

"Nabasa ko lahat. Mahal na mahal ka ng anak ko." Diretso ang tingin ko sa kanya kahit pa pirmi siyang nakayuko. Hanggang makita ko na lamang ang patak ng mga luha niya sa sahig. "Kaya ginamit mo 'yon para sa pabor mo. Kaya ibinayad mo si Ali sa mga tarantadong pulis panubos sa boypren mo."

"Hindi ko po sinasad—"

"Hinde. Sinadya mo. May hustong isip ka na. Alam mong buhay ng iba ang itinataya mo. Alam mo 'yon. Kase, takot kayong itaya ang saril n'yong mga buhay kaya buhay ng ibang tao ang itataya n'yo."

"'Di ko po alam ang gagawin ko."

"Alam mo. Kaya nga nalansi mo ang anak ko. Napaniwala mo. Sumama sa 'yo. Nagtiwala sa 'yo. Ano'ng hindi mo alam doon?"

Iyak na nang iyak si Katrina. Pero hindi matabunan ng habag ang galit ko. Nag-aagaw ang lahat ng emosyon ko, lalo't lumilinaw kung ano ang sinapit ni Alison. At wala akong balak na lokohin ang sarili ko. Alam ko kung ano'ng malamang na kinahinatnan ng anak ko. Alam ko.

NATUTUNAN nina Rey at Benjo na ginawa nang regular ni Marquez ang pangongolekta ng cut sa mga palakad nina Maxwell at Katrina. Kinabukasan, nakatanggap ang numero ni Katrina ng text message mula sa numero ni Marquez. Naniningil. siyang responde ng dalawa. Sa dati, Ortigas, malapit sa STRATA 100, free parking sa gilid.

Sariling lakad ni Marquez. Side hustle, bukod pa sa malakihan kasama ng grupo ni Sarge Barbie. S'yempre't sabik kumolekta ang suwapang na pulis. Bukod do'n, hindi maitatanggi ang pagnanasa nito kay Katrina. Kaya sa palitan ng text messages, pinalamon nang pinalamon nina Rey at Benjo ang kahayukan nito.

Alas-diyes ng gabi, naka-park na ang pick-up ni Rey sa free parking sa gilid ng STRATA. Walang ibang naka-park. Para lamang iyong bakanteng lote na pataihan ng mamahaling aso. Yosihan ng mga nag-oopisina. Nasa driver's seat si Katrina.

Katrina
Nka pickup ako, d2 bndang likuran

E. Marquez
K. Lpit n ko. Miss u
Suot u b yung request ko?

Katrin
Yes J
Ok. Blisan mo po

Maya-maya pa'y heto ang isang motor. Sniper na asul. Bumaba si Marquez at tumulak papunta sa pick-up. Nakita niya agad si Katrina sa driver's seat. Dali-dali itong pumasok at prente pang umupo. Madilim. Tama lamang ng ilaw ng poste ang pinagmumulan ng liwanag na hindi pa makatawid man lang sa imahe ng mga nasa sasakyan.

"O, ba't nakatabing ng jacket 'yang katawan mo, ginaw na ginaw ka? Ang iksi siguro kasi ng suot mo," bati nito kay Katrina. Dahan-dahan niyang tinanggal ang nakapatong na jacket sa katawan nito at bago pa niya makita ang pagkakagapos nito, sumunggab na mula sa likuran si Rey para sakalin siya ng makapal na nylon.

"P-Putang, pkunkgtnanginamkssh shsshk!" hahabol-habol ng hininga si Marquez. Kikisay-kisay. Mabilis na nag-ube ang mukha, lumulobo ang pisngi. Pilit nitong kinakalag ang pagkakasakal sa kanya.

Nang madama ni Benjo ang ibayong pagbayo, umahon na siya mula sa ilalim ng sasakyan bitbit ang isang tipak ng bato. Todo puwersa niya iyong inihampas sa mukha ni Marquez bago pa man ito makabunot ng baril. Talsikan ang dugo sa bintana ng passenger seat. Nawalan ito ng malay. Agad siyang iginapos at binusalan ng dalawa.

Mabilis na isinalansan ng dalawa ang lahat sa likod. Si Rey ang magmamaneho ng pick-up habang ang sniper naman ang kay Benjo. Nilisan nilang payapa ang lote na napalilibutan ng mga abalang gusali.

"'Kita mo ga'no nakakabobo ang libog? Trained ka, pero ambobo mong putangina mo ka. Lahat kayo, putangina n'yo!" singhal ni Rey habang si Katrina, hindi matigil ang pag-iyak.

Walang-humpay ang pagtagas ng dugo mula sa pagitan ng kilay ng walang-malay na si Marquez. Namamayani ang amoy ng kalawang sa loob ng sasakyan. Naiisip ni Rey ang kahalayan ni Marquez. Hindi niya mapigilang maisip si Alison, kung ano'ng sinapit ng mahal na anak sa kamay ng mga katulad ni Marquez. Sa passenger seat ay naiwan ni Benjo ang kanyang powerbank. Dinampot iyon ni Rey at saka ibinato sa mukha ni Marquez. Tumama iyon sa sugat sa pagitan ng kilay nito. Wala pa rin itong malay. Lalong lumakas ang tagas ng dugo sa sugat nito.

18
ALMUSALAN HITS

WALANG pagsidlan ang ligaya ni Ato nang sa wakas ay napapayag na niyang muli na magtinda ng almusal ang asawang si Belen. Sa tulong ng perang iniabot ni Rey, nakapagsimulang muli ang mag-asawa. Batid ni Ato na nagluluksa pa rin si Belen. Pero pansin niya ang unti-unting pagbabalik ng sigla nito sa pagtitinda.

"Hindi natutulog ang Panginoon, Belen. Magpatuloy lang tayo," pakiusap ni Ato sa asawa. Higanteng ngiti ng pag-asa ang itinugon nito.

Laking tuwa ng mga suki sa almusalan ni Belen at hindi na kailangang magtiis sa mga luto ni Aling Pasing na kahit ang mga patay-gutom ay nasusuya at nawawalan ng gana. Sobra-sobra ang ibinigay ni Rey na pampuhunan kaya nakabili pa ng mumurahing Bluetooth speaker si Ato sa Guada Mall. Sinabayan na rin niya ng pa-download ng mga kanta ni Yolly Samson—paborito ni Belen.

Sa gabi, kapag magpapahinga na mula sa maghapong pagbabanat ng buto, napag-uusapan lagi ng mag-asawa ang masasayang alaala kasama ang nag-iisang anak na si Alvin. Para bang may bahagi ng utak na nagsasalansan ng masasamang gunita sa lugar kung sa'n kahit panandalian ay maibaon muna sa limot ang lahat ng pait.

"Hindi tayo titigil sa pagdarasal, Belen," ani Ato.

"Alam ko, nakabantay lagi sa 'tin si Alvin natin. Alam ko, hindi niya tayo pababayaan. Tutulungan niya tayong makamit ang hustisya para sa pamilya natin, Ato."

Hindi iyon ang nakasanayan ni Ato sa asawa. Buhat nang yanigin sila ng kagimbal-gimbal na pangyayari sa kanilang anak, hindi na kakikitaan ng sigla si Belen. Pero iba ang pag-asang ipinahihiwatig ng mga salita at kilos ni Belen sa kasalukuyan. Sa loob-loob ni Ato, hindi talaga natutulog ang Diyos. Batid niya rin, kay rami pa rin talagang magagandang alaala ang nakatali sa mga bagay na nakagawian na't naging bahagi ng araw-araw na buhay ng tao—sa kanila, ang almusalan.

Maaliwalas ang umaga. Naglalatag pa lamang ng mga mesa si Belen, naglalagay pa lamang ng mga paninda, ay nariyan at nakapila na ang magigiliw na suki. Pakiramdam ni Belen, kapag gano'n, sa ganoong paraan ay nakahahanap sila ng kakampi. Wala nang hihigit sa ngiti at papuri ng kanyang mga suki sa kanyang hinahain. Gustong-gusto niya iyong ikuwento kay Alvin. Kaya tuwing maghuhugas na ng mga pinggan at kaldero, inilalagay ni Belen ang larawan ni Alvin sa ibabaw ng lagayan ng mga pinggan. Kakausapin niya ito at kukuwentuhan kung ga'no katuwang-tuwa ang mga tao sa lugar nila na nagbalik na ang kanilang almusalan.

"Alben, anak, lagi kitang ipinagbubukod ng spageti, dinadamihan ko ng keso. Alam kong maganang-magana ka lalo't maraming keso ang spageti mo. Anak, mahal na mahal ka namin ng tatay mo. Gabayan mo kami palagi."

Kapag ang puso'y natutong magmahal
Bawat tibok ay may kulay at buhay
Ngunit kung ang pagsuyo'y lilipas din
Bagay kaya ang bato sa buhangin

Sa saliw ng Bato sa Buhangin ni Yolly Samson ng Cinderella, sisimulan ni Belen na tila isinasayaw ng magagandang alaala ni Alvin ang paghahanda ng mga paninda. Laging sinesetap ni Ato ang speaker at sounds na Yolly Samson kapag magsisimula na si Belen at kapag gumagayak na rin siya papasok ng hardware.

Kay hirap unawain
Bawat damdamin
Pangakong magmahal hanggang libing
Sa langit may tagpuan din
At doon hihintayin
Itong bato sa buhangin

Kung monggo ang nakagawiang ulam kapag Biyernes, sopas naman ang hit na almusal kay Belen sa araw na pinakapaborito ng lahat. Lahat ng tao sa kanila, nag-uunahan sa sopas ni Belen. Hitik sa rekado at hindi tinitipid sa gatas ang kanyang sopas. Kantiyaw nga sa kanya ng mga tao, may kinikita pa ba siya kapag gano'n siya magtimpla ng sopas? Ang totoo, wala nang pakialam halos si Belen doon. Ang mahalaga sa kanya, bumalik ang puhunan at makapagluto pa ulit ng paboritong putahe ng kanyang mga suki.

"Belen, ipagtabi mo ako, ha? Imemeryenda ko," bilin ni Ato sa asawa.

"Naro'n na sa kusina, sa nakatakip na mangkok na dilaw."

Halo. Salok. Salin. Mistula tuloy rasyunan sa almusalan ni Belen sa haba ng pila ng mga taong may dalang kani-kaniyang mangkok. At sisilipin niya ang larawan ni Alvin malapit sa pinaghuhugasan niya ng mga kaldero, nakangiti ito sa kanya.

Tatlong magkakasunod na putok ang pumailanlang at saglit na nilamon ang musikang tumutugtog sa Bluetooth speaker. Pulasan ang mga tao.

Ngunit kung ang pagsuyo'y lilipas din
Bagay kaya ang bato sa buhangin

"May binaril! May binaril"
"Tumawag kayong amblansha!"
"Patay si Belen!"

Panakbong tinungo ni Ato ang asawa na no'n di'y tumimbuwang sa mesa ng almusalan, nakasuksok ang mukha sa kaldero ng sopas na kanina'y puting-puti pa sa dami ng gatas— ngayon ang lahat ay kulay pula at kumikinang sa tama ng sinag ng araw ng umaga.

"Beleeeeeen!" akap-akap ang asawang basag ang bungo sa tama ng bala. "Beleeeeen, diyos kooooo!" palahaw ni Ato habang patuloy ang pagtugtog ng Bato sa Buhangin. Kita ang repleksiyon ng mga taong nag-umpok sa makinang na dugong nagbaha sa semento.

Kay hirap unawain
Bawat damdamin
Pangakong magmahal hanggang libing
Sa langit may tagpuan din
At doon hihintayin
Itong bato sa buhangin

19
HOUSE OF PAIN

IDINIRETSO namin ang dalawa sa inupahan kong bahay. Sa kuwarto inilagay si Katrina, sa malaking espasyo sa labas ng kuwarto si Marquez. Nang magkamalay si Marquez, bayawak at itik ang nagisnan niya.

"Sino kayo?" agad nitong tanong sa 'min.

"Sino kami, ha?" Sumukli ng tadyak sa mukha si Benjo. Sumargo ang dugo sa ilong ni Marquez.

"Putangina n'yo! Itutumba ko kayo, sino kayo?!" Nakuha pa nitong magbanta matapos makatanggap ng tadyak sa mukha. Isa pa uling tadyak sa mukha ang inabot nito. Inilabas ko ang claw hammer sa backpack. Nakita kong parang nanlaki ang mga mata niya. Bago pa ako makalapit sa kanya, bigla siyang umusal ng mga salitang hindi namin maintindihan.

"Alam ko kung nasa'n yung chekwa! Si Liu, dadalhin ko kayo doon! Dadalhin ko kayo do'n!" nanginginig ito sa takot.

Nagkatinginan kami ni Benjo. Hindi namin maunawaan kung ano'ng pinagsasabi ng putangina. Chekwa. Liu. Marahil, isa sa mga biktima niya sa marami niyang katarantaduhan bilang pulis, bilang isang taong nagbibihis ng uniporme at tsapa ng pulis para makapanghayop. Sa dami ng kagaguhan niya, hindi na niya malaman kung ano sa mga kagaguhang iyon ang sumisingil sa kanya ngayon.

Kinuha ko ang phone ko at ipinakita sa kanya ang larawan ni Ali. "Heto, natatandaan mo 'tong mukhang 'to?" tanong ko sa kanya. Natigilan siya. Matamang minasdan ang larawan. Manaka-nakang inililipat ang tingin sa aming dalawa.

"Hindi ko kilala 'yan, boss!" bulyaw nito sa amin. May kung anong lamig na gumapang sa gulugod ko at init sa laman na nagpakulo ng dugo ko. Bigla'y buong puwersa kong pinalo ang binti niya ng martilyo.

"Putanginaaaaaaaaa!" Umigkas siya sa sakit, namimilipit, hindi magawang mahawakan ang bahaging pinalo. Sa higpit ng gapos ng paa't kamay niya, luho ang mamilipit nang maayos. Binusalan siya ni Benjo saka nagpatugtog sa kanyang boom box para takpan ang anumang ingay na maaaring makapambulahaw sa mga kapitbahay. *Super Session* ulit ng Juan Dela Cruz.

"Heto, ano'ng password nito?" tanong ko sa kanya. Hawak ko ang cell phone niya na nakuha namin sa belt bag niya. Hindi ito umimik. Ayaw ibigay ang password sa madaling sabi. Madali akong kausap. Bumwelo ako nang sapat, isang mabigat na hambalos naman sa kanyang tuhod.

"Putangina moooo!! 8888!! Putaaaa!" Mangiyak-ngiyak ito, hinahabol ang hininga. Sa ibayong sakit na tinamo, mistula itong tinatakasan ng hangin sa baga.

"Hindi mo pa rin ba nakikilala?" Lalo kong itinutok sa mukha niya ang phone. Na kay Benjo ang phone ni Marquez para i-check ang mga posibleng conversation nila ni Katrina.

"Heto, Rey, tama tayo ng basa. Pinalit-ulo si Alison sa boypren ni Katrina," abot sa 'kin ni Benjo ng phone. Binasa ko ang ilang conversation sa cell phone ni Marquez na hindi ko nakita sa phone ni Katrina. Malinaw na planado ang lahat. Ang pangingikil sa kanila. Ang paghahanap ng pamalit kay Maxwell. Putangina.

"Sabihin n'yo kay Sarge, hindi n'yo ako mauulol. Mas matalino ako sa kanya." Sige siya sa pag-usal ng kung ano-ano na hindi namin maintindihan. Dinakma ko siya sa ulo, kinapitan sa buhok.

"Putangina mo! Wala akong pakialam sa mga pinagsasabi mo. Ang tinatanong ko sa 'yo, nakikilala mo ba itong babaeng ito na ipinangtubos sa 'yo ni Katrina para sa boypren niyang source ng marijuana sa Tipas, ha? Putangina mo ka!"

Isang malakas na tadyak ang muli niyang inabot mula kay Benjo. Sa lakas ay nauntog pa ang ulo nito sa pader malapit sa bintana. Parang yelong inihampas sa pader ang nilikhang tunog.

"Arekkkoo! Putangina naman!"

"Hindi mapapapagod itong martilyo ko kahit lumpuhin pa kita ngayon."

"Si Sarge ang kumuha sa batang 'yan! Sumunod lang akoooghhghh!"

"Saan, saan naroon?" tanong ko.

"Buhay si Liu, alam ko kung nasa'n, alam ko." Hindi namin malaman kung nawala na sa sarili ang putangina dahil sa lakas ng hampas ng ulo sa pader. Kinailangan naming tiyagain na makakuha nang maayos na sagot, hindi 'yong paliku-liko kung saan. Kanina'y nagsabi na siyang inutusan siya, sumunod lang siya. Ngayon, bumabalik na naman sa sinasabi niyang buhay 'yong Liu, 'yong chekwa.

"Bigyan mo kaming pangalan. Pangalan," anas ko. Sige ang pamimilipit nito. Parang nabingi na sa sarili niyang mga palahaw. "Pangalan," ulit ko. Wala pa rin itong tugon. "Pu-tang-i-na-mo! Bigyan mo 'kong pangalan!" unday ko ulit ng palo sa tuhod. Sa pagkakataong ito, tatlong magkakasunod. Wala akong pakialam kahit madurog ang buto niya.

"Boyet Barbosa! Intusan lang akong sunduin sa Antipolo 'yang bata! Si Sarge Barbie! Boyet Barbosa, putangina! Putang-inaaaaghhghh! Tama na!" iiyak-iyak nitong pagmamakaawa.

Umahon ako't hinatak si Benjo sa baba ng bahay para magsigarilyo. Pagbaba, tanggal ng maskara, sindi ng yosi. Masakit ang kanang kamay ko. Marahil sa higpit ng kapit ko sa martilyo, sa impact ng bawat hampas ko kanina. Nanginginig ang mga daliri ko.

"Kung ano yung pinauulit-ulit niyang sabihin kanina, malamang iyon lang ang naiisip niyang dahilan kung bakit siya dinukot. Kung bakit siya nandito ngayon," anas ni Benjo.

"Samakatuwid, ni hindi niya maproseso sa utak niya, sa alaala niya na may mga katulad natin, mga walang-bilang sa mata niya, na maghahabol sa kagaguhan niya," dagdag ko pa.

Umabot na kami sa puntong ito, pero ni isang beses, walang nagbanggit sa aming dalawa ng realidad ng posibleng kinahantungan ni Alison. Wala sa 'min ni Benjo ang makapag-usal ng mga partikular at tumpak na salita na maglalarawan kung ano na'ng nangyari kay Alison kahit pa lahat ng pahiwatig ng mundo nasa harapan na namin.

Suot ng maskara, umakyat kaming muli kung sa'n naro'n si Marquez. Inabutan namin itong tila may pinagkakahirapang kunin sa kanyang sinturera. Wala siyang pag-asang makuha iyon dahil sa mahigpit na pagkakagapos ng mga kamay at paa niya.

"Putangina ka, ano 'yan?" kastigo agad ni Benjo. Napansin naming sa ilalim ng T-shirt niya, may tila iilaw-ilaw na bagay. Dagli iyong kinuha ni Benjo. Isang basic phone. Kanina pang may tumatawag. Ipinasa niya sa akin. Walang pangalan ang tumatawag. Agad kong sinilip ang inbox, outbox, sent messages. Walang laman. Tanging ang miskol lang sa kasalukuyan ang meron. 09472927791. Sinubukan kong tingnan ang numero sa isa niyang phone. Walang record. Malamang, itong basic phone na ito, gamit niya sa iba niyang galaw kaya ganito kalinis.

"Ughhhfhdsk! Udhgdahsghks!" panay atungal si Marquez. Tinanggal kong muli ang busal niya.

"Naalala mo na 'to?" ngudngod ko ng phone ko sa mukha niya, ng larawan ni Ali.

"Sitio Kaysakat, lugar ng dating konsehal na si Arnold Gubat. Do'n ang safehouse ni Sarge Barbie."

"Naro'n ang dalagang 'to?"

"Naro'n lahat."

Lumapit si Benjo. Iniangat ang ulo ni Marquez sa pagdakma sa buhok nito.

"Siguraduhin mong tama at totoong impormasyon ang ibinibigay mo sa 'min. Dahil kapag may nangyari sa 'min, may darating at darating dito para tapusin ka at ang pamilya mo, putangina ka," babala ni Benjo sa kanya. Kung saan niya hinugot ang mga salitang iyon, hindi ko alam. Ang malinaw ngayon, nanginginig pa ang mga labi ni Marquez sa takot, lalo na nang banggitin ni Benjo na pati pamilya niya madadamay sa kataratanduhan niya.

"'Wag n'yong sasaktan ang pamilya ko, parang awa na ninyo," pagmamakaawa nito.

"Ilang pamilya na ba ang inalisan n'yo ng ama, ina, kapatid, anak?" balik ko sa kanya. Hindi siya umimik, bumalik sa pagkakayuko. "'Tapos ngayon nakikiusap ka sa 'min na huwag saktan ang pamilya mo?"

"Madali kaming kausap. Gaguhin mo kami, may mga taong magdadala dito ng putol-putol na katawan ng asawa at anak mo bago ka isunod na patayin," segunda ni Benjo. "Bago ka isunod na patayin, ha? Sa pinakamabagal na posibleng paraan."

"Totoo ang sinasabi ko. Huwebes. Walang naiiwan doon hanggang bago mag-alas-sais ng hapon. Lahat naka-duty sa mga istasyon. Ang nagbabantay doon, yung caretaker ng lumang bahay. Matandang lalake. Si Mang Ikyo."

"Tatanungin kita ulit. Ano'ng ginawa n'yo sa babaeng 'to?" balik ngudngod ko ng larawan ni Ali sa mukha niya.

"Maniwala kayo, inutusan lang ako ni Sarge," pagdidiin nito.

"Ano'ng ginawa nung Sarge sa babae?" singit ni Benjo.

"Pagkahatid ko dun sa dalaga, wala na akong alam. Pinaalis kami ni Sarge."

Biglang ngatog ang tuhod ko. Ito ang epekto ng mga katotohanang hindi namin mabigyang-hugis sa salita ni Benjo. Para kang binabangungot habang gising na gising. Hindi ko alam kung ano pa'ng ibang kahihinatnan ng anak ko bukod sa kung ano'ng tunay na sinasapit ng isang dalagita sa kamay ng mga baboy na pulis. Para akong nalulunod. Pisikal kong nararamdaman ang pagkalunod ngayon.

"Kung ginagamit ito ni Sarge para idiskarel ang mga galaw ko, pakisabi sa kanya, wala siyang mapapala. Bago siya gumalaw, namaniobra ko na lahat," biglang usal na naman ni Marquez, hilo, hihingal-hingal.

Umupo ako sa isang sulok. Pinagmasdan ko lang kung pa'no niya tamuin lahat ng tadyak at sapak ni Benjo. May kung anong tunog ng tining sa tenga ko. Hindi ko na nadidinig ang paligid. Kahit pa ang pinatutugtog ni Benjo, hindi makapasok sa pandinig ko. Mas nadidinig ko pa ang mabagal at mabigat kong paghinga. Bumaba ako't nagtanggal ng maskara para makasigarilyo. Hindi sumunod si Benjo. Walang-humpay ang pag-upak niya kay Marquez. Marahil sa ganoong paraan niya na lang masasabi ang mga bagay na hindi namin maisalita, ang hindi namin masabi sa isa't isa—kung buhay pa ba si Ali; ang lahat ng nangyari sa pagitan ng pagkawala, pagkuha, at hindi pa niya paglitaw.

"Rey, pengeng yosi." Pawis na pawis si Benjo, puro mantsa ng dugo ang suwelas. Ibinato ko ang kaha sa kanya. "Miyerkules pa lang bukas, pa'no?" tanong niya.

"May isang araw tayo para paghandaan," tugon ko.

HULING araw ng lamay ni Belen, napagod na sigurong umiyak si Ato. Inabutan namin itong nakahimpil sa tabi ng kabaong. Nakatulala. Ang daloy ng taong nakikiramay ay tuloy-tuloy at mistula na siyang de-susi sa pagtango-tango, kamay, akap, 'tapos uupo ulit. Lumapit kami ni Benjo sa kanya.

"Ato, nakikiramay kami." Hinagod ko ang likod niya, sinundan ni Benjo. Tumango lamang ulit ito. Hinatak namin siya sa likod. Sakto, magsisimula na ulit ang padasal.

"Ipagtitimpla ko kayo ng kape, Boss." Tumango ako. Sa likod kami yumosi't kape. Hinayaan ko munang punan ng mga usok ang bawat patlang na dala ng luksa ni Ato.

"Nakilala ba n'yo, o may nakakilala ba sa mga bumaril?" anas ni Benjo.

"Wala, Boss Benjo. Makilala man ng mga nakakita, wala ring maglalakas-loob," tugon ni Ato. "Hindi ba nababanggit sa 'yo ni Boss Rey?" dagdag pa nito.

"Naikuwento niya sa akin. Huwag kang mag-alala, ano't ano, nasa panig mo kami. Alam namin ang karakas ni Monching."

"Ato, maiba ako ng konte, ha," putol ko.

"Boss?"

"'Di ba marunong ka naman sa plumbing?"

"Ako ang gumawa sa lababo't banyo mo, Boss Rey," paalala niya.

Nagsindi akong muli ng sigarilyo. "Si Mang Romy, may emergency daw. Kelangan ng marunong. Yung tao niya, nagkasakit, natetano. Malabo na 'ata makapasok."

"Boss, pa'no sa—"

"Huwag mo munang isipin yung hardware," pakli ko. "Magsasara tayo saglit, may aasikasuhin lang kami ni Benjo. Bagong supplier." 'Kita ko ang lalong pananamlay sa mukha ni Ato. "Ato, 'wag kang mag-alala, babayaran ko pa rin ang mga araw mo kahit sarado tayo."

"Hindi iyon, Boss Rey. Ganitong lahat na lang, nawala sa 'kin nang isang iglap. Wala na akong ibang pamilya kundi kayo sa hardware, Boss Rey," hihikbi-hikbing sabi ni Ato.

Tinapik-tapik ni Benjo ang likod ni Ato. "Pansamantala lang, Ato," segunda niya. Gumanti ng tango si Ato habang nagtutubig ang mga mata.

"Ato, matagal na nating alam na walang mangyayari o itatakbo ang kaso ni Belen. 'Kita mo na lang si Alvin," diretsahan kong sabi sa kanya.

"Alam ko, Boss Rey," matigas nitong sabi.

"Pero hindi sa lahat ng pagkakataon, tatawanan tayo ng demonyo." Pinitik ko ang punggok na sigarilyo sa kanal, sinulit ang mga huling higop ng kape. "May araw na magtatanggal tayo ng maskara, at malalaman nila kung ano'ng itsura ng tunay na demonyo."

Umubos kami ng tig-iisang stick pang muli bago magpaalam. Iniwan ko kay Ato ang pinaghatian naming abuloy ni Benjo, samantala'y iniabot ko na rin ang sasahurin niya habang sarado ang hardware. Bumalik na si Ato sa tabi ni Belen. Lumakad kami papalabas ng looban. Sa bungad ng labasan, may isang lalaking pamilyar sa 'min. Ang kanang hita ay putol. Pagtapon ng tuon ni Benjo, siya nitong iwas ng tingin. Dumiretso kami ng lakad.

"Pagpag tayo," anas ni Benjo.

"Bukas pa naman store ni Jun, ano?" pangungumpirma ko.

"Bukas pa yun. Tara."

Tumulak kami papuntang store ni Jun. Pagdating namin, may mga pila pa sa kalsada. Napansin namin 'yong tarp, naka-unli wings pala ngayon. 'Di bale, kahit naman sa hagdan o tabing-kalsada, no problem. Ang kailangan lang namin, saglit na matatambayan at mabibilhan ng beer.

"Anak ng pating, ba't 'di kayo nagsabing pupunta kayo?" salubong sa 'min ni Jun.

"Napadaan lang, galing kaming lamay," sagot ko.

"O, e 'kita n'yong naka-promo, alaws mesa pang available."

"Ang laki naman ng problema mo, o-order lang kaming beer. Dun na lang sa hagdan," sagot ni Benjo.

"Hindi p'wede 'yan, hahanapan ko kayong mesa," pagpupumilit ni Jun.

"Gago, mag-asikaso ka na dun sa kitchen. Okay na kami dito, order lang kaming beer," tanggi ko.

"Yung grupo ni Monching, and'yan, mga habal," nguso ni Jun.

"E, mas lalong dapat na sa hagdan kami mag-inom," ani Benjo.

Paiwas kaming pumunta sa counter para mag-order ng beer. Wala nang waiter na makakakuha ng order namin sa dami ng customer. Pagkakuha ng beer, dumiretso kami sa hagdan. Okay na ang tigdalawang bote, mabilisan lang. Pero s'yempre, hinding-hindi mo mababali ang batas ng mundo at siyensa ng mga bagay-bagay. Mentras umiiwas, lalong lalapitan. Bago pa man ang unang lagok sa malamig na Pilsen, dinig ko na ang nakapepesteng boses ni Monching.

"'Oy, ano ginagawa n'yo d'yan?" Malakas ang yabag nito pababa ng hagdan. "Ba't d'yan kayo tumatambay?" usisa nito.

"Madaming tao sa taas," matipid kong sabi.

"Saka 'di rin kami magtatagal," dagdag ni Benjo.

"Sa'n ba kayo galing?"

"Kina Ato," sagot ko.

"Tsk! Payong-kaibigan, ha? Rey, alam ko tao mo si Ato. Pero, huwag na kayong magpakita ulit doon sa lamay kung ayaw n'yong madamay. 'Kita n'yo na nangyare, 'di ba? Una yung anak, ngayon yung asawa."

"Madamay saan?" balik ni Benjo.

"Para naman kayong mga pinanganak kahapon," iiling-iling nitong sabi. "E, alam n'yo namang imbolb sa drugs 'yang pamilyang 'yan, kaya nga inuubos na, e."

Sa isip ko, nakailang palo na ako nitong bote sa ulo ni Monching. "Teka, pa'no mo nasabi 'yan?" tanong ko sa kanya.

"Mas marunong ka pa, ako ang kapitbahay, Rey."

"Kapag ba ang nanay mo nagkasakit at tinanong ng duktor kung bakit nagkasakit, sasabihin mo ang duktor na mas marunong ka pa? E, ako ang kasama sa bahay?"

"Bakit, duktor ka ba?" tatanga-tanga nitong buwelta.

"Tangina, ambobo mo," 'di ko na napigil ang sarili ko.

"E, mas bobo ka. Ako nga ang kapitbahay, kaya mas alam ko mga galawan ng mga taga sa 'men."

"Putang—"

"Tama na 'yan." Gumitna si Benjo. Iniabot niya ang isa niyang beer kay Monching na agad tinanggap ng tarantado. Buraot talaga.

"Rey, brad, ang sinasabi ko lang, para rin naman sa inyo. Warning. Dahil 'kita n'yo na nga nangyari, o?" pagpupumilit pa rin ng putangina. Sumenyas si Benjo sa 'kin, senyas na huwag ko nang patulan.

"Ching, bago 'yang tato mo sa braso, ha?" pag-iiba ni Benjo, siyang ladlad ni Tarantado ng kanang braso. Mama Mary. Our Lady of Guadalupe na mukhang Mr. Bean.

"Oo, tang'na. Si Richard Asturias tumira niyan. Lupet, 'no?" yabang nito.

"Richard Asturias?" tanong ni Benjo.

"Brad, Dutdutan champion," lalong yabang nito.

"Champion?"

"'Di n'yo kilala?" hirit nito na parang kasalanan ang 'di pagkilala sa sinasabi niyang Richard. "Kinuha akong model nitong nakaraang Dutdutan, titinde rin ng mga kalaban. Pota! Gulat kami, kami nag-champion, e!"

Sige lang ang lagok ko sa beer. Hinayaan kong saluhin lahat ni Benjo ang bad trip at hassle na dala ni Monching. Putanginang gago. Nakukuhang magsaya habang siya ang dahilan ng pagluluksa ng iba, ng amang tinanggalan ng pamilya. Kung umasta, akala mo walang ginawang katarantaduhan sa kapwa. Pa'no nakatutulog sa gabi ang mga ganitong klase ng tao?

Diretso ang paandar ni Monching. At naalala ko ang itsura ni Ato kanina. Naalala ko ang luksa ni Belen nang mawala si Alvin. Naalala ko ang magiliw na si Alvin noong nabubuhay pa.

"Rey, tara na," anas ni Benjo. Paglinga ko'y umakyat na nga si Monching, tatawa-tawa si Benjo.

"Bakit?" tanong ko.

"Bakit mo nga ipinasok na tubero si Ato kay Mang Romy?" balik niya.

21
FORECLOSED

UNTI-UNTI nang nagdatingan ang mga online purchase na ginawa ni Benjo gamit ang credit card ni Marquez. Lahat ng deliveries, mahusay na isinasalansan sa bahay. Ang mga personal, inilagak sa mga aparador na nauna nang ideliver. Walang kaalam-alam si Marquez. Wala silang magawa nina Katrina kundi ang tumunganga sa tuwing nagsasalansan ng mga bagong biling gamit ang dalawa.

"Papunta kami doon ngayon. Putangina mo, magkasubukan tayo kapag kame napa'no, ha?" paalala ni Benjo kay Marquez.

Sumugal silang dalawa sa pagdayo sa lugar na sinasabi ni Marquez. Pulis si Marquez, kahit pa pumuti ang uwak ay walang puwang ang pagtitiwala sa mga tulad niya. Pero sa pagkakataong ito, kailangan nilang magkaroon ng kaunting pananampalataya sa impormasyong ibinigay nito. Kailangan nilang magkaroon ng malaking tiwala sa pananakot na ginawa nila dito.

Hindi nila unang beses na mapuntahan ang lugar. Pamilyar ang mga matarik na kalsada, mga ikot at blangkong daanan. Nakita na nila ang mga ito noong tuntunin nila ang drop-off location na nakuha nila sa Grab driver na naghatid kina Katrina at Alison.

"May bantay daw, caretaker. Pa'no diskarte?" tanong ni Benjo kay Rey.

"May dala kong martilyo," tugon ni Rey.

"Puta." Iiling-iling si Benjo.

Nang papalapit na sila nang papalapit sa itinurong lugar ni Marquez, napansin nila na unti-unti'y lumalaki na ang pagitan ng mga bahay. Dumadalas na ang mga loteng may malalabay na puno't nagtataasang talahib. Sa isip ni Rey, sa ganito kaibayong lugar dinala ang kanyang anak. Hindi para sa kung anong mabuting intensiyon, natural. At palagi iyong sumisikad sa kanyang dibdib.

Halos dulo ng sitio. Dahil nga layu-layo ang mga kabahayan, madali nilang nakita ang bahay na sinasabi ni Marquez. Isang bahay na luma. Humimpil sila saglit ilang bloke mula sa bahay. Mababang pader ang palibot nito at tanging kahoy na bakod ang nagsisilbing gate, madaling matanaw sa distansiya. Sa bakuran ng bahay, naro'n ang isang matandang lalaking mukhang tanod, nakaupo lamang. Sa tabi niya ay isang kambing na nakatali sa nakabaong piraso ng kahoy.

"Mababa lang yung bakod, p'wede kong umikot," anas ni Rey.

"Ga'no ka kasiguradong walang hassle pag-ikot mo?"

"Kung may kambing pa sa likod, hindi naman siguro kakahol, ano?"

"Tanginan'to puta."

Nagsindi ng sigarilyo si Rey, sinundan ni Benjo. Nakatunganga pa rin sila, nakatanghod sa matandang nakatambay sa bakuran na panay ang himas sa kambing.

"Hindi uubra kung magpapanggap akong magtatanong ng direksiyon, Rey."

"Malabo. Isipin niyan, bakit ka naman napadpad dito, ano'ng pakay mo. Halos dulo na 'to, e."

"Parang ano'ng karapatan kong maligaw sa lugar na wala akong pakay, 'no?" tanto ni Benjo. Gumanti ng tango si Rey. Mahabang patlang na pinunan ng ilang stick.

"Magpanggap kang ahente ng PAGIBIG," anas ni Rey.

"Tangina."

"E, parang puro foreclosed property naman yung mga nadaanan natin hanggang dito, e."

"Ano'ng sasabihin ko, binabawi na ng gobyerno yung bahay at lupa?"

"Oo."

"Tangina, pa'no kung kanila 'yang property?"

"Kung kanila 'yan, hindi nila papayagang kutahan ng mga kriminal na pulis 'yan," katwiran ni Rey.

"Redundant ka."

"Saan?" taka ni Rey.

"Kriminal na pulis."

"Emphasis."

"Dito ka na bumaba kung iikutan mo yung bakod," ani Benjo.

Bumaba si Rey at tumulak na si Benjo sa bahay. Umikot si Rey. Bibihira ang mga taong nagdaraan. Nang makakuha ng tiyempo, inakyat niya ang bakod. Matagumpay niyang napasok ang likod-bahay. Mula sa likuran, kita ang bakuran sa unahan.

"Tatay, magandang araw po."

"Sino ho sila?" tanong ng matanda.

"Sa PAGIBIG po. Nag-rounds po kami dito sa mga foreclosed na property."

"O? Hindi ito. Nasa abroad lang ang may-ari."

"Gano'n ho, tatay? May papeles po ba silang iniwan? Kailangan lang po namin i-check," listong buwelta ni Benjo. Natigilan ang matanda. Kakamot-kamot sa anit na sa palagay ni Benjo ay hindi naman talaga makati.

"Ay, walang papeles na iniwan sa 'kin. Bantay lamang ako dito, bakit ako pag-iiwanan ng papeles?" katwiran nito.

"Yung ibang caretaker po sa unahan na nadaanan ng grupo namin, nakapagpresinta po ng papel, kahit photocopy lang. Hindi po ba alam ng mga may-ari na laging nag-iikot ang PAGIBIG sa mga property na foreclosed?"

Dahan-dahang pinasok ni Rey ang bahay. Sa loob, puro basyo ng Pilsen at upos ng sigarilyo. Sa sira't limahid na lababo, nagkalat ang mga foil at gamit na tuter. Namamayani rin ang panghi sa loob. Magaan bawat apak ni Rey sa sahig. Kalkulado. Walang ingay na p'wedeng malikha.

Sa bandang unahan, may nag-iisang kuwarto. Sarado. Lakad. Hinto. Hinga. Masid. Natigilan siya nang maapakan niya ang isang malutong na bagay. Hindi niya maaninag nang maigi sa sobrang dilim. Tanging liwanag lamang sa labas na pinatutuloy ng mga siwang ng bintana ang nagsisilbing ilaw sa loob. Dinampot niya ang naapakan at humanap ng liwanag para aninagin. At hindi siya maaaring magkamali. University ID iyon ni Alison. Ramdam niya ang panlalamig ng kanyang namamawis na mga palad. Ang sikad ng kaba sa gulugod, ipuipo sa tagiliran, butil-butil na pawis sa noo.

"Mapipilitan po akong tumawag ng barangay, o malala, pulis kapag ho hindi tayo nagkaige sa hinihingi naming mga papeles, mga katunayan, titulo, etc. Ano'ng p'wede n'yong ipresinta," dikdik ni Benjo sa inosenteng matanda.

"Huwag ho, huwag ho kayong tatawag ng barangay, e baka p'wede namang pag-usapan natin ito, ser?" pakiusap ng matanda.

"Pinag-uusapan na natin, ha?" Dinukot ni Benjo ang kanyang cell phone at umarteng may tinatawagan.

"Ser, parang awa na ninyo, ako ho ang malilintikan."

"Nino?"

"Ng mga amo ko, boss," bantulot nitong sagot.

"'Ka mo nasa abroad."

"E." Kakamot-kamot na naman sa anit ang balisang matanda.

Dahan-dahang tinahak ni Rey ang kuwarto. Sinubukan niyang buksan ang pinto. Nakakandado ito. Inulit-ulit niyang sinubok na buksan, inalog-alog ang nanlalagkit na door knob. Nakakandado.

Kunwa'y may sumagot sa kabilang linya. "Ah, sir. Kailangan ko ng backup dito. One foreclosed property ay mayro'ng naninirahan. He's insisting na mayro'ng may-ari, nasa abroad pero—"

"Boss, pakiusap," putol ng matanda.

Bagggg!

Galing sa loob ng bahay ang ingay. Natigilan si Benjo. Naalarma ang matanda. Tumalikod ang matanda kay Benjo at patungo na ito sa loob ng bahay.

"Teka ho, papeles n'yo!" habol ni Benjo sa matanda.

Nagmamadaling tinahak ng matanda ang loob ng bahay. Luminga-linga si Benjo sa paligid. Nang makakuha ng buwelo'y sumunod na ito sa loob ng bahay.

Blagag!

Inabutan niyang nakahandusay na sa sahig ang matanda. Wala nang malay. Putok ang ulo sa tama ng martilyo ni Rey, umaagos ang malapot na dugo sa limahid na sahig. Na kay Rey na ang susi. Dagli niyang binuksan ang nakakandadong kuwarto. Nakaabang sa bandang pintuan si Benjo. Lookout.

Pinasok ni Rey ang kuwarto. Doo'y sinalubong siya ng isang taong nababalot ng kumot na may mga mantsa ng dugo. Mabilis ang tibok ng kanyang puso. Panakbo niya itong tinungo at tinanggal ang pagkakatalukbong.

"Ali!" sigaw niya.

Laking gulat niya nang isang mamang basag ang mukha, may busal, nakagapos ang nasa ilalim ng mantsadong kumot.

"Rey! Ano?" anas ni Benjo.

"Wala si Ali," tugon ni Rey.

Tinanggalan ni Rey ng busal ang mama.

"Don't kill me, please don't kill me! I beg you, don't kill me!" pakiusap ng mama na basag na basag ang boses at sinusundan ng hingal bawat salitang inuusal.

"Nasa'n ang anak ko?" tanong niya sa mama. Iiling-iling ang mama, lumuluha, hindi maunawaan ang sinasabi niya.

"Rey, ano?" Wala itong nakuhang sagot. Tumungo siya sa kuwarto para silipin ang kaibigan. No'n di'y nakita niya ang mamang bugbog-sarado. "Rey." Natigilan siya.

"Where is my daughter?" tanong muli ni Rey, sa pagkakataong ito, sa Ingles. Nanginginig ang mama na nag-angat ng mukha. Ipinakita ni Rey ang ID ni Alison. "Where is my daughter?" Mistulang sinisino pa ng mama ang nasa larawan. "Have you seen my daughter?" Mabilis ang bagsak ng mga luha ni Rey.

"Rey, tara na."

"My daughter." Hindi na napigil ni Rey ang humagulgol. Tahimik ang mama.

"Rey." Hinawakan na siya ni Benjo sa balikat. "Baka ma-hassle pa tayo dito, sibat na tayo."

"S-She was here," bigla'y bulalas ng mama.

Patuloy ang paggapang ng dugo ng matanda sa limahid na sahig. Malalim ang ginawang sugat ng hampas ni Rey. May kinang ang dugong tinamaan ng liwanag mula sa siwang ng mga bintana. Umaatungal na ang kambing sa labas.

22
KAGATAN

PAGBALIK ng kanyang malay, nasa isang kuwarto na siya, kuwartong tanging aandap-andap na bumbilya lamang ang silbing ilaw. Nagkalat ang mga basyo ng alak, kaha ng sigarilyo, mga upos, mapa ng natuyong mga ihi at dura. Sari-sari ang bahong namamayani sa kuwarto. Paglinga niya, sa isang sulok ay namataan niya ang isang mamang kapwa nakagapos at busal. Nanginginig siya sa takot, hinahanap niya ang kanyang ama. Nadidinig niya ang tawanan ng mga mamang dumukot sa kanya sa labas ng kuwarto.

Nakailang miskol na naman ang nag-iisang numerong tumatawag sa basic phone ni Marquez. Hindi nila magawang masagot. Diskumpiyado sila. Maraming bagay silang isinasaalang-alang. Maaaring hinahanap na ng mga kasama si Marquez, o ng kung sinumang may mahalagang pakay dito na laging may kinalaman sa pamumulis at paninindikato—kung magkaibang bagay man iyon. Hanggang sa pumasok ang isang text message.

09472927791
Ok n s martes
Nid ko confirmation
D k smsagot

Hindi iyon maunawaan ng dalawa. Sa kabilang cell phone naman ni Marquez, may isang text na kanina pa pumasok. Kanina pang naro'n sila sa hideout ng grupo ni Barbosa. Binuksan niya ang text message.

Benok Bok

Bok psahan u aq nung bidyu nTen dun s bata...

BoK psahan u aq kht s misenger...

Iba ang dating no'n kay Rey. May kung anong kilabot sa batok at nginig sa kalamnan siyang nadama. Itinatanggi niya sa kanyang isip ngunit walang ibang binibigyang imahe ang kanyang mga sapantaha kundi ang bagay na pinakatatanggi sa sarili—sa kabila ng lahat ng kanilang natunghayan, sa kabila ng lahat ng katotohanang nakabalandra sa kanilang harapan.

"Benjo, may yosi pa?"

"Teka, bibili ako."

Paglabas ni Benjo, kumubli sa kusina si Rey. Ichinarge ang phone ni Marquez. Dumukot ng naitabing stick ng sigarilyo sa harapang bulsa ng kanyang flannel. Nagsindi. Sinimulan niya ang pagkalikot sa mga files. Punta agad sa gallery. Videos. Inisa-isa niya; video ng firing, inuman sa bahay, porno, music video ng Siakol, party sa presinto, mga sumasayaw na GRO, best of Duterte, ang galing at talino ni Ferdinand Marcos, puro gano'n—paulit-ulit. Nakahinga siya nang maluwag. Pero maiisip niya ang text message kanina, galing kay Benok. Ano sa mga video na nadaanan niya ang hinihingi ni Benok? Hanggang pagbalik niya sa 'home' at makita niya ang isang folder na may pangalang 'anti virous.' Binuksan niya. Nanghingi ng password. Agad niyang sinubukan ang 8888.

Papalakas nang papalakas ang boses ng mga mama sa labas ng kuwarto. Matama niyang tinititigan ang nakakabig na pinto. Dahan-dahan itong umingit. Isa-sang pumasok ang mga dumukot sa kanya.

Dilat na dilat ang mga mata ng mga ito. Pinandirilatan siya ng mga mata. Sa higpit ng mga panga'y animo'y mga asong nauulol sumagpang ng butong ibinato sa sahig. Iyak siya nang iyak. Tinatawag niya ang kanyang ama. Nagsusumbong siya sa kanyang ama.

Bumukas ang folder. May nag-iisang video na may haba na 24 minutes. Madilim ang thumbnail. Pinindot niya ang play button.

Umunang sumagpang ang mamang bumigwas sa kanya, dahilan ng pagkawala ng kanyang malay kanina. Marahas nitong tinanggal ang kanyang pang-ibaba.

"Parang awa n'yo na! Papa!" pagmamakaawa niya.

"Kami ang papa mo," sagot ng isa.

Ang isa'y umikot sa kanyang uluhan para naman tanggalin ang kanyang pang-itaas. No'n di'y natanggal ang suot niyang ID. Nang masaksihan nila ang katawan ng dalaga, mistula silang mga asong-kalyeng naglaway. Kulang na lamang ay magkagatan ang mga ito para makauna sa dalaga.

Mabilis ang paghinga ni Rey. Tuloy-tuloy ang pag-agos ng luha. Nanunuot sa kanyang sentido ang paghingi ng saklolo ng kanyang anak. At hindi siya maaaring magkamali, nangunguna sa pananamantala sa kanyang anak ay walang iba kundi si Marquez. Si Marquez na nagsabing wala siyang alam sa nangyari kay Alison.

Binaboy ang kanyang anak. May kumakantot sa puki, sa bibig, may lumalamutak sa suso, may nagsasalsal sa pagmumukha nito. At paulit-ulit ang pagmamakaawa nito, ang paghingi ng saklolo. *Papa, Papa.* Inihinto niya ang video. Panakbo niyang kinuha sa sasakyan ang kanyang backpack.

"Rey, heto na. Yosi muna tayo," anas ni Benjo. Hindi na iyon nadinig pa ni Rey. Napansin ni Benjo na nagmamadali ang kaibigan na umakyat sa ikalawang palapag.

Hindi na naisipan pang magmaskara ni Rey. Wala na iyong silbi. Wala nang mukhang dapat na itago. Pagdating niya sa ikalawang palapag, mahimbing ang tulog ni Marquez. Dinukot niya sa backpack ang martilyo.

Mabigat ang yabag ng mga paa patungo kay Marquez. Naalimpungatan ito.

"Boss?" pupungas-pungas na bungad niya kay Rey.

Sinalubong siya ni Rey ng sagapak ng martilyo sa bibig. Sa sobrang lakas, talsikan ang mga ngipin nito na sinundan ng malapot na dugo.

"Ahhhhhhgggggkk!"

"Rey!" gulat ni Benjo sa ginawa ng kaibigan.

Sinundan iyon ni Rey ng pagpalo sa ulo. Pumusitsit ang dugo ni Marquez na parang nabutas na ice tubig. Nagmamadaling nagpatugtog si Benjo para takpan ang ingay na nililikha ni Marquez. Pasok ang bagsakan ng *Kagatan* ng Juan Dela Cruz.

Walang-humpay si Rey. Sige ang palo niya dito. Ang tunog ng martilyong humahampas sa bungo katulad ng pagnguya ng pusa sa maliit na bungo ng isang pobreng bub'wit. Napansin ni Benjo ang cell phone sa sahig. Dinampot niya at nakita niya ang video. Ni hindi tumagal ng sampung segundo at agad niyang inihinto. Tumungo siya sa harapan ng kuwarto kung sa'n naro'n si Katrina. Binuksan niya ang pinto, sapat para makita nito ang nangyayari kay Marquez. Ang galit ni Rey. Ang galit ng amang nakasaksi kung pa'no nilapastangan, binaboy ang kanyang anak na babae.

Laklakin mo hanggang gusto mo
Wala namang pumipigil sa 'yo
Dikdikin mo, sige, tapakan mo
Ubusin mo hanggang sa ika'y maging bato

"Uuuuuuuggghsksh" Bumubula na ng dugo ang bunganga ni Marquez. Wala pa ring humpay si Rey kapapalo sa bungo at mukha nito. Palo. Buwelo. Palo. Hampas. Ibinaligtad ni Rey ang martilyo at hinalinhin ang pambunot ng pako para pamalo kay Marquez. Hindi makasigaw si Katrina gawa ng busal pero inuugat na ang leeg nito. Ang itsura'y takot at nanghihingi ng saklolo.

Ulol na ulol si Rey. Nagkalat ang dugo sa paligid ni Marquez. Burado ang mukha ng huli, mistulang binalatan saka giniling, luwa ang dalawang mata. Kaunti na lamang ay bibitiw na ito sa kinakapitang bungo. Wala nang malay si Marquez. Huminto si Rey. Nanginginig ang mga braso, umiiyak, hanggang sa mabitiwan nito ang martilyo. Lumakad si Rey sa isang sulok, umupo, lumapit sa kanya si Benjo. Binuksan ni Benjo ang bagombiling kaha ng pula. Nilagyan ng stick sa bibig ang kaibigan at saka sinindihan. Nagsindi rin siya ng kanya.

Kagatin mo, huwag mong lubayan
Bugbugin mo, durugin mo
Laklakin mo, sige, laklakin mo
Ubusin mo hanggang sa ika'y maging bato

Lumapit si Benjo kay Marquez. Masuka-suka siya sa tanawin, sa buradong mukha ni Marquez. Dinampot niya ang duguang martilyo ni Rey. Ibinalot niya iyon sa basahang nasa mesita sa uluhan ni Marquez. Hinila niya ang katawan nito at lalong itinutok sa tanawin ni Katrina. Nanlaki ang mga mata nito, nanginginig sa takot. Batid iyon ni Benjo kaya naman lalo niyang ginatungan. Tila nagmamakaawa ito sa kanya, nangungusap ang mga matang lumuluha. Gumanti siya ng ngarat at saka pinatay ang sigarilyo sa mukha ni Marquez.

Walang-humpay sa pag-iyak si Rey. Pata ang kanyang katawan. Inihilig niya iyon sa dingding malapit sa bintana. Ang mantsa ng mga tumalsik na dugo sa kanyang mukha'y hinuhugasan ng walang-tigil na pagtulo ng kanyang mga luha't sipon. Umugong ang bulsa ng kanyang pantalon. Basic phone ni Marquez. Sinilip niya. May miskol na naman galing sa nag-iisang numerong nagte-text at tumatawag sa teleponong iyon.

23
DISCO SA KISAME

WALA silang ibang suspetsa na gagawa noon kundi si Marquez. Ilang araw itong hindi nagpaparamdam sa kanila. Hindi sumasagot sa mga tawag at text. Pero hindi maaaring malaman ng maybahay nito na wala na sa kanila si Mr. Liu. Hindi maaaring malusaw na lamang ang balanse. Kaya walang ibang paraan kundi oradahin ang paniningil. No'n di'y tumawag si Sarge sa maybahay ni Mr. Liu.

Calling 09472927791

"Hello"

"Yung balanse, kailangan na namin."

"'Di ba ang usapan natin—"

"Nagbago na. Kailangan na namin yung balanse."

"Hindi ko pa nabubuo. May usapan tayo, 'di ba?"

"Kung hindi ka makikipagtulungan, tatapusin namin ang asawa mo. Ganun kasimple"

"Maawa kayo."

"Papatayin namin ang asawa mo."

"Bigyan n'yo ako hanggang Martes."

"Martes at hindi ka tumupad, pasensiyahan."

———

WALA sa hinagap o kahit sa anong bahagi ng pagtingin ko sa mga bagay-bagay sa buhay—ngayon at bukas—na isang araw dadanasin ko ang lahat ng ito. Isang araw, mawawala ang anak ko. Hahanapin ko. At unti-unti, matatagpuan ko na lang ang bakas ng mga bangungot na dinaanan niya. Parang gustong tumakas ng lahat ng dahilan kung bakit pa ako humihinga ngayon. Katawan ko na 'ata ang nag-uutos na mawalan na lang ako ng malay. Para akong lumulutang lang. Gano'n ang pakiramdam. 'Yon bang parang nariyan ka, pero wala. Parang nakikita mo lang ang lahat ng nangyayari at nasa ibabaw ka ng lahat ng ito.

Binigyang-mukha ng video na iyon ang lahat ng pagtatanggi ko sa sarili sa kung ano'ng sinapit ni Ali. Binigyang-mukha no'n ang nag-iisang bagay na iniiwasan naming pag-usapan ni Benjo—na ang anak kong nawawala, na ipinalit-ulo ng taong pinagkakatiwalaan niya nang lubos, sa kamay ng mga baboy na pulis ay kahit kailan, kahit pagbali-baligtarin natin ang lahat ng planetang alam ng tao, hindi magiging ligtas, hindi makalalampas sa pananamantala, sa pambababoy, sa pananalaula. Ang putanginang mga demonyo, hindi na nagmamaskara.

"Rey," abot ni Benjo ng kaha sa 'kin. Kumuha ako ulit ng isa at nagsindi. "Yung tumawag noong nakaraan sa 'yo, nanghihingi ng ransom. Nasa kanila daw si Alison, ano'ng palagay mo do'n?" naitanong bigla ni Benjo. Ngayong alam na alam na namin kung sino nga ang mga dumukot at sa'n napadpad si Ali.

"Putangina nila. Wala kong panahon makipaggaguhan."

"Rey, pare. Isipin mo, pa'no nila malalaman na nawawala si Ali, e tayo lang naman nakakaalam nito?"

"May blotter sa Mandaluyong, 'di ba?" balik ko. Natigilan si Benjo. Patlang. Matapos niyang matanto, wala siyang ibang nasambit kundi putangina.

Hindi ko pa rin maiahon ang sarili ko sa pagkakasalampak sa sulok na ito. Para akong naparalisa sa mga natunghayan ko, nang madinig ko ang kawawang boses ng anak kong humihingi ng saklolo.

"Putanginang mga walang-'ya, ano? Imbes na gawin yung trabaho nila, mangyari e gagawa pa sila ng pera sa mga kasong wala naman silang balak iresolba."

"Akala nila, lahat ng tao kasingbobo nila para hindi natin malaman."

Naririnig ko ang ugong ng mga sigaw na hindi maisigaw ni Katrina. Bukas man ang pinto, minabuti kong huwag siyang tapunan ng tingin. Hindi ko kayang isipin man lang kung ano'ng magagawa ko sa kanya matapos kong matunghayan ang resulta ng kawalang'yaang ginawa niya sa anak ko.

"Benjo, pakisara na lang ulit yung pinto ng kuwarto," pakisuyo ko. Dagli niya iyong isinara. Dahan-dahan, inihiga ko ang katawan ko sa sahig. Tumitig lamang ako sa kisame. Sa blangkong kisame. Hinihiling ko sa utak ko na maging blangkong kisame siya kahit saglit. Kahit ilang segundo lang. Kahit gano'n lang kabilis. Unti-unting nanuot sa pandinig ko ang beat at melody ng *I-Swing Mo Ako* ni Sharon Cuneta at VST & Company. Alam kong sinadya iyon ni Benjo. Alam niya kung anong kanta ang gusto kong pinakikinggan kapag gusto kong maidlip. Unti-unti, unti-unti sa saliw ng mga umiindayog na baho, sa singkopadong bagsak ng mga dulo't dulo ng synthesizer at bass drum, ay nagiging blangkong kisame ang utak ko.

Bawat tugtuging bago
Bawat sayaw na pang-disco
Ay nasubukan ko

Ipinikit ko ang aking mga mata. Pinanonood ko ang mga nagsasayaw na ilaw na lumilitaw sa tuwing pipikit ako at nadidinig ko ang kantang ito. Nalalanghap ko ang panghi ng usok ng chongking sinindihan ni Benjo. Parang pinaliliguan ang kaluluwa ko. Parang inihehele ako ng mga masasayang kahapon na mabilis na nagdaraan sa kisame ng gunita.

Ngunit naging ganado
Ang pagsayaw nang nauso
Ay ang sayaw na ito

———————

AT tuluyan nang nakaidlip si Rey. Sadyang ini-loop ni Benjo ang track para sa kaibigan. Nang halos maubos na niya ang joint, hindi na rin niya napigilan pang dumisco. Nagsasayaw na si Benjo, bagay na isinumpa niya buhat noong pagsayawin sila ng 'Super Junior' sa Christmas party no'ng bago pa lamang siya sa kompanya.

Oh, swing ang tawag dito
Pinaghalong boogie at tango
Pinaka-grooving sayaw para sa akin
At sa inyo, hoh

Sige ang sayaw ni Benjo. Sige rin pag-uulit-ulit ng kantang nakasalang. Hanggang sa matisod siya sa nakahambalang na katawan ni Marquez. Malakas ang bagsak niya sa sahig pero mas malakas ang bagsak ng kanyang sapatos sa mukha ni Marquez, dahilan para magtalsikan pa nga ang mga nakalas na nitong laman sa mukha.

Parang biglang nagkulay kanal ang kisame nang maalimpu-ngatan si Rey. Sa mabilis niyang panaginip ay nasa ibabaw siya ng jeep at bumibiyahe sa Laguna, baku-bako ang daan pero 'di niya alintana dahil sa preskong hangin na humahampas sa kanyang mukha't katawan. 'Yon pala, nagba-vibrate ang phone niya sa likurang bulsa niya kanina pa.

09472927791 is calling you...
<u>*Answer*</u> *| Decline*

Dagling sinagot ni Rey ang telepono.

"Sino sila?"

"Nasa 'kin ang anak mo. Huwag kang mag-alala, ligtas siya."

"Wala akong panahong makipaglokohan sa 'yo kung sino ka mang putangina mo!"

"Sino 'yan, Rey?" usisa ni Benjo na nakabalandra pa rin malapit sa katawan ni Marquez. Hindi sumagot si Rey. Pansin niyang parang natigilan ito habang nakikinig sa kabilang linya. Nag-aabang siya ng sagot ni Rey sa kanya at isasagot nito sa kausap sa telepono.

Ibinalik ni Rey ang phone sa bulsa. Nakatayo lamang siya. Pansin ni Benjo na nagmistula na itong estatwa pagbaba ng telepono. May ilang minutong nakatayo lamang ito. Hindi gumagalaw. Bumangon si Benjo at nilapitan ang kaibigan.

"Rey?" tapik niya sa balikat ng kaibigan. Ilang saglit pa'y gumalaw ito. May dinukot sa harapang bulsa ng pantalon. Basic phone ni Marquez. May kung anong hinahanap. Pagbulsa niya ng phone, dagli siyang lumakad papunta sa isa pang kuwarto. Sumunod si Benjo. Marahas na binuksan ni Rey ang pinto ng kuwarto. Nagulat ang mamang nagpapahinga. Tinangalan niya ito ng busal.

"Please don't kill me! I beg you, don't kill me!" pagmamakaawa ng mama. Nanginginig ang mga braso ni Rey. Nag-uugat ang mga kamao. Nanlilisik ang mga mata. Malalim ang pahinga.

"Rey?" Nagtataka pa rin si Benjo.

174

24
INSURANCE

SA Binonbo, pumutok noon ang iskemang insurance. Sabwatan ng mga benificiaries, mga tao sa loob ng insurance company at mga imbestigador na pulis. Iba ang dating ng salitang insurance sa tenga ng mga Intsik sa Binondo. May pitik ng takot, may hagod ng pangamba.

Ang siste, itong mga benificiaries na hindi makapaghintay na matodas ang kanilang ama, ina, lolo, lola, iisip ng paraan para mapadali ang lahat, ang claim. Sariling dugo para sa salaping hindi mahintay na matubos. Si Nanay, uugod-ugod na. Pabigat na. Wala nang silbi ang insurance kung mapupunta lang lahat sa pagpapagamot kaya maigi pa ngang lasunin na lang at palabasin sa imbestigasyon na inatake sa puso. Walang problema sa mga imbestigador, alam na nila ang diskarte ng mga claimant. Ang mga taga-review ng claims, madali ring lagyan.

Nagsimula si Sarhento Boyet Barbosa sa insurance scheme sa Binondo. Nakapagpatayo ng tatlumpalapag na bahay. Nakabili ng sasakyan at sariling motor. Napag-aral ang mga anak sa private school. Dahil lahat ng imbestigasyon, hawak niya. Walang lumalampas na salapi sa mga kamay niya. siya na ang hinahanap ng mga benificiaries na nangangailangan ng 'tulong.'

Si Juanito Chen, may-ari ng sikat na mamihan noon sa Binondo. Walang sakit. Malakas. Walang ginawa kundi kumayod. Taob ang mga katabing mamihan. Dinadayo ng mga tagalabas. Wala nang pakialam ang mga parokyano kahit pa may mga dagang kasinglaki ng mga pusa na nagdaraan sa harapan nila tuwing kumakain sila doon. Basta masarap ang mami ni Mang Chen.

Isang araw, natagpuan na lamang si Mang Chen na nakabalandra sa hagdan ng bahay niya. Sabi sa police report, nadulas daw sa hagdan at humampas ang ulo sa batong pasamano. Hindi agad naisugod sa ospital kaya natuluyan. Pero ang totoo, 'yong kalabang mamihan sa kabilang kanto, kinabit 'yong asawa ni Mang Chen. Sabi ng mga nakakita sa bangkay ni Mang Chen, hindi naman parang nabagok lang basta dahil grabe ang mga sugat na tinamo sa ulo. Kung sa'n-sa'ng bahagi ng ulo ang tama. Para bang pinalo-palo ng kung anong matigas na bagay saka inilagay sa entrada ng hagdan sa baba para magmukhang nabagok. Pero walang ibang lumabas sa imbestigasyon na pinangungunahan ni Sarhento Barbosa kundi 'aksidente' ang nangyari. Dahil aksidente ang nangyari, kubra lahat ng misis ni Mang Chen ang insurance, nawalan pa ng kumpitensiya ang kabit nito sa pagmamami.

Pero nang magpalit ng mayor ang Maynila, nabuko ang iskemang ito. Humina. Humigpit din ang mga insurance company. Maraming nasakoteng pulis na dawit sa iskema—pampaguwapo ng bagong halal, s'yempre. Tumumal ang kolekta ni Barbosa. Kaya pagtapos ng putok ng iskemang insurance, sunod-sunod ang napabalitang mga Intsik na negosyanteng nakikidnap noon. Bagong diskarte kumbaga. Pero hindi rin nagtagal, naiugnay na naman sa mga pulis ang kidnapping ng mga malalaking negosyanteng Chinese. Sabi nga, ang pinakanotoryus na sindikato sa Pinas ay kapulisan.

Nalipat nang nalipat nang istasyon si Barbosa. Nakagawa ng bagong grupo. Tumawid sa iba't ibang diskarte. Pero 'ika nga niya—pagpasok ng giyera kontra-droga—parang palay na ang lumalapit sa manok. Walang kahirap-hirap tumapos ng kota sa isang araw. Sa dami ng adik sa bansa, hindi sila basta-basta mauubusan. Iba't iba ang presyo. Kinse mil ang pinakamababa. Mas mataas kapag mas notoryus ang target. Lalong mataas kung maraming nalalaman. Hinding-hindi matutumalan ang grupo ni Barbosa. Isang dampot lang sa kung sino, kakanain sa lugar na walang makakikita, tatamnan ng ilang paketeng shabu, baril, kakartunan ng 'pusher ako, huwag tularan,' tapos na. Kung mayro'n namang nakakita, walang problema pa rin. Wala pang nagkakamaling magsumbong at ibenta ang mga kaluluwa nila sa demonyo. Walang gustong tumestigo. Kanino magsusumbong? Hindi na kailangan ng sagot.

Isang araw, may hindi inaasahang bisita si Barbosa sa istasyon. Mrs. Cedes Luna ang pakilala. Pagtapos ng pakilanlan, walang ibang salitang binitiwan si Mrs. Luna kundi, 'insurance.' At alam na agad ni Barbosa na hindi iyon maaaring pag-usapan sa istasyon. Nostalgia trip ng isang halang. Napangiti na lamang siya at nagpatuloy ang kanilang usapan sa mga lugar na malayo sa istasyon.

"Matagal na akong tapos sa insurance, madam," ani Barbosa.

"Alam ko. Kaya nga kaigihan, 'di ba?"

"He-he, kaigihan?"

"Kaigihan na tahimik na lahat ng kaso sa insurance." Dumukot ito ng sigarilyo sa kanyang pouch at nagsindi.

"Magkano ang pinag-uusapan natin dito, madam?"

"Kalahating milyon sa 'yo, Sarge. Malinis." Natigilan si Barbosa, para bang namangha. Hindi makapaniwala.

"Nasa Anti-Illegal Drugs ako ngayon, madam," kabig ni Barbosa.

"Is that even a problem? Alam kong marami kang hawak na imbestigador," balik ni Mrs. Luna. Tatangu-tango lamang si Barbosa. Alam niyang alam ni Mrs. Luna na nagpapalipad-hangin lamang siya—na dahil sa ibang dibisyon siya naka-assign ay baka p'wedeng dagdagan ang para sa kanya dahil kailangan niya pang makisuyo sa kanyang mga kabaro. "Ikaw ang expert sa ganito, Sarge." Mahaba at pino ang ibinugang usok ni Mrs. Luna

"Ibig kong sabihin, madam—"

"I know. Akombahala," pakli ni Mrs. Luna.

Nagkasara ng usapan. Palitan ng impormasyon sa target. Abot ng paunang bayad. Ibinaba ni Barbosa sa grupo ang trabaho. Inaral nila ang target. Masusi nilang plinano ang lahat. Hanggang sa matutunan nila na hindi basta-basta ang asawa ni Mrs. Luna. Barya ang kabayarang tatanggapin nila kumpara sa makukubra nitong limpak-limpak sa insurance ng asawa.

"Mas malaki ang mawawala sa kanya kung hindi niya tutubusin ang asawa niya," hirit ni Marquez. "Ang pinakamatindi niyan, ni hindi niya magagawang magsumbong sa pulis," dagdag pa nito.

"Ihanda n'yo yung van, lalakad tayo," mando ni Barbosa.

———————

NANG magbukas ang pagkakataon sa pamamagitan ni Marquez, nagkaroon siya ng oportunidad para bigyan ng mukha ang pagkakadukot sa kanyang asawa, bagay na alam niyang mahihirapan siyang mapagtagumpayan kung hindi rin lang bumaligtad si Marquez sa mga plano ni Barbosa. Alam niya na iyon ang pagkakataon para gamitin ang dalagang nadampot nila, gabing ilapag nila sa grupo ni Barbosa ang paunang bayad.

Paliwanag niya sa dalaga, hindi siya basta-basta p'wedeng ibalik sa kanila gayong delikado ang kanyang buhay. Wala itong nagawa kundi ang humimpil at manatili sa poder ni Mrs. Luna. Walang ibang bukambibig ang dalaga noong gabing iyon kundi "Papa, papa ko." Tuliro. Maya't maya humihingi ng saklolo. Walang sandaling hindi umiiyak. Nang sandaling magbalik sa tino, alam niyang pulis ang mga dumukot sa kanya. Sa mga sandaling iyon, alam na ni Mrs. Luna kung sino'ng gumawa ng kahayupan sa dalaga. Wala nang iba.

At babalik ulit sa pag-iyak ang dalaga, humihingi ng saklolo. Nawawala lagi sa tino. Kayhirap pakalmahin. Laging hinahanap ang kanyang ama. *Papa ko, papa ko.*

Pagkasa ng abutan ng balanse, alam niyang sa pagkakataon na iyon, kung sasablay ang lahat at hindi ililitaw ni Marquez ang kanyang mister ay mabibigyan niya ng mukha ang pagkakadukot sa kanyang asawa. Hindi mukha ni Barbosa o ni Marquez, o ng buong grupo nito. Dahil alam niyang kung gano'n, madali siyang maisasabit ng mga ito. Kaialangan ng malaking buwelo. Noong una, hindi siya makapagsuplong sa awtoridad dahil walang mukha ang krimen. Pero hindi na ngayon. Hindi na ngayong binaligtad ni Marquez ang orihinal na plano. Hindi na ngayong may isang amang mapursigeng naghahanap sa kanyang anak na dalaga.

Wala siyang ibang pakay kundi magpadala ng mensahe sa grupo ni Barbosa na hindi siya basta-basta. Nagkamali sila ng binangga. Hindi man nila mukha ang babalandra sa madla ay malilimitahan ang kanilang galaw at paglaon, alam nilang paglaon ay tutungo sa kanila ang imbestigasyon at sa pagkakataong iyon, nakabuwelo na siya. Bayad na'ng lahat ng dapat bayaran. Nalagyan na'ng lahat nang dapat malagyan. Ulo na lamang nila ang kulang. Sa kanya pa rin ang alas. siya ang mas tuso. siya ang huling tatawa.

"Malapit ka nang umuwi, hija," alo niya sa dalagang tulala.

Pumindot sa cell phone si Mrs. Luna, tanging numerong kabisado ng dalaga. Dagli iyong sinagot ng nasa kabilang linya.

"Sino sila?"

"Nasa 'kin ang anak mo. Huwag kang mag-alala, ligtas siya."

"Wala akong panahong makipaglokohan sa 'yo kung sino ka mang putangina mo!"

Dagli niyang ipinasa sa dalaga ang phone. Ang tulalang dalaga ay biglang parang sinaksakan ng maraming asukal sa ugat nang madinig ang tinig ng ama.

"Papa!"

Pagkadaka'y hinablot din niya pabalik. Dinig niya ang sunod-sunod na hingal ng nasa kabila, ng amang nangungulila. Na kahit pa 'Papa' lang ang nasambit ng dalaga, kay dali noong niyanig ang mundo ng isang amang nangungulila.

25
TAHI-TAHI

HINDI ko inaasahan na madidinig ko pa ang boses ng anak ko. Pagtapos ng lahat, siguro nga'y himala na lang ang makapagpapalitaw sa kanya. Pero heto't nasa pandinig ko pa rin ang boses niya. "Papa," sabi niya. Pagtapos no'n, kinuha na ng babaeng hindi naman nagpakilala. Ang epekto ng flash ng camera sa mga mata, siyang epekto ng boses ni Ali sa tenga ko. Hindi man nagpakilala ang babae, isang bagay ang sigurado. Pagbaba niya ng phone, wala akong ibang nagawa kundi tumunganga sa screen ng telepono ko. Hanggang may kung ano'ng kumalabit na lang sa ulirat ko. Parang nakita ko na ang numerong iyon. Kaya ikinumpara ko agad sa nag-iisang numerong paulit-ulit na tumatawag sa jurassic na cell phone ni Marquez. Hindi ako nagkamali. Sinubukan kong tawagan ang numero, pero patay na ang phone. Ano't anuman, may kap'rasong ginhawang kaloob ang madinig ang boses ni Ali. Ngayon, wala kaming ibang gagawin kundi maghintay muli ng pagatawag ng numerong iyon, sa akin o sa numero ni Marquez.

"Rey, pare. Seryoso ka, boses ni Ali ang nadinig mo, ha?" paniniguro pa ni Benjo.

"Boses ni Ali 'yon. Si Ali 'yon. Kahit umubo lang 'yon, makikilala ko."

"'Ka mo yung tumatawag kay Marquez, dun sa isa niyang cell phone, iyon din yung tumawag sa 'yo, 'di ba?"

"Oo. O, heto tignan mo, 'di naman siguro ako naduduling." Ipinakita ko sa kanya ang numero sa call log ng phone ko at ni Marquez.

"Tangina, ibang klase. Ano'ng meron?"

"Yung mga text sa telepono ni Marquez, wala namang kompletong detalye."

"Ibig kong sabihin, pa'nong si Ali napadpad d'yan sa babaeng tumawag sa 'yo na tumatawag din kay Marquez?"

"Naguguluhan din ako. Pero ang mahalaga ngayon, buhay si Ali."

"Tangina, kasama ng mga pulis 'yan, Rey."

"Ano pa nga ba?"

"Puta, mukhang hihingi ng ransom 'yan," palagay ni Benjo. Wala naman akong ibang palagay sa mga oras na ito kundi gano'n din.

Bumaba si Benjo, nagpakulo ng tubig para sa kape namin. Nanghihina pa rin ang kanan kong braso. Ang pulso ko, parang makakalas. Ang balikat ko, tumitibok-tibok sa kirot. Nagsindi ako ng sigarilyo. Umaalingawngaw ang tinig ni Ali sa tenga ko. At ang mga mata ko'y nasa direksiyon ng walang-malay na si Marquez.

"Rey, stick lang meron. Walang asukal 'to, ha?" Dala-dala ni Benjo ang dalawang tasa ng umuusok pang kapeng itim.

"Laki ng problema mo."

"Sinasabi ko lang, tanginan'to."

Inilapag niya sa tabi ko ang para sa 'kin. Nagsindi muli ako ng sigarilyo at sinabay ko sa paghigop ng mainit na kape.

"Rey, bakit bigla ka nanakbo papunta dun kay Hapon?" usisa niya.

"Mukha bang Hapon?"

"Hapon, Korean, Intsik. Kahit ano."

"Intsik 'yan. 'Yan yung sinasabing Liu ni Marquez."

"Oo, tanda ko."

"Tinanggal ko yung busal niya, tinignan ko kung may alam siyang sabihin bukod sa please don't kill me."

"Para saan?"

"Hindi ko alam." Humithit ako ng malalim, sinundan ko ng higop ng kape, hinayaan kong lumabas sa ilong ko ang usok. "Kanina, parang hinila ako ng mga paa ko papunta doon. Hindi ko alam."

"Labo."

"E, ano ba'ng malinaw? 'Kita mo, bakit natin dinala 'yan dito, p'wede naman nating iwanan dun? Dagdag isipin pa natin 'yan."

"Rey, ikaw nagbitbit d'yan, hindi ako."

"Kase sabi mo, 'wag nating iwan. Baka 'ka mo makatulong sa paghahanap kay Ali."

"Oo. Pero kita mo ngayon, walang ibang bukambibig kundi please don't kill me."

"Dami pa nating sinasabi. Isinama natin 'yan, kase siguro mabubuting tao naman tayo."

"Mabuting tao? Pinalo mo ng martilyo sa ulo yung caretaker na matanda," nakangisi't iiling-iling na hirit ni Benjo.

Umugong ang cell phone ni Marquez. May dalawang text message na pumasok.

———————

MASINSIN niyang inaral ang ginagawang bahay kahit pa sa banyo't lababo lamang ang toka niya. Sarado man ang hardware, ipinagkatiwala ni Rey sa kanya na sa tuwing may kailangang materyales si Mang Romy at mayro'n naman sa hardware ay bigyan lamang ito nang bigyan. Sa ipinakita niyang sigasig, pinag-helper na rin siya sa ibang gawain.

Baon niya ang lahat ng bilin ni Rey. Tinantiya niya ang likod-bahay, kung ga'no kadalas may gumagawa doon. Ang laki ng banyo kung saan padadaanin ang mga tubo. Bago nagtrabaho si Ato kay Rey, tubero siya sa isang hotel sa Parañaque. Hindi basta-basta si Ato, mahihiya ang mga lisensiyadong plumber sa husay niya. siya lang naman ang yumari sa piping ng mansiyon ni Bro. Eddie Villanueva at townhouse ng tatay ni John Pratts sa Tagaytay.

Kapansin-pansin ang sinop ni Ato sa gamit. Ang bag niyang gamit, bagama't luma'y organisado. Tiyak ang laman ng mga bulsahan. Alam na alam niya kung sa'n dudukutin-huhugutin ang anumang gamit na kakailanganin. Hindi niya iniiwan basta-basta kung sa'n-sa'n ang kanyang bag. Kung iikot siya ng gawa, dala niya iyon. Hindi rin siya nagpapahiram ng tools. Katwiran niya sa mga katrabaho, ang gamit niya ay mas matanda pa sa kanila. Pamana pa ng ama niyang isa ring tubero, at sikat na tubero sa kanilang probinsiya. Bukod sa halaga ng mga gamit niya, mahigpit na bilin ni Rey sa kanya, na huwag malilingat at pabayaang nakatiwangwang ang kanyang bag lalo't hindi pa niya naikakamada ang mga binalot ng packaging tape na regalong turing ni Ato mula kina Rey at Benjo, regalong kahit kailan ay hindi niya inaasahan.

Lalong nagkaroon ng magandang buwelo at espasyo si Ato nang madinig niyang nagbibilin ang may-ari kay Mang Romy.

"Mang Romy, iyang banyo kapag natapos, huwag na huwag gagamitin. Huwag na huwag subukang ihian o ano pa man," anas ng babaeng may-ari.

"Aba'y s'yempre naman, ma'am."

"Syempre naman, ma'am, ha? Alam ko istayl ng mga salaulang trabahador, 'no," parungit nito.

"Eh, hindi naman ho ganun ang mga tao ko,"

"Namputa, baka pagka-house blessing nito, magulat ang mga bisita ko, may lulutang-lutang o bumubulang kung ano riyan, Mang Romy."

Unang beses na makita ni Ato ang matandang babaeng iyon. Sa unang pagkakataon ay nagkaroon ng mukha ang ilang taong tila napanis nang sumbong ni Alison sa kanya. Hindi niya inaasahan na isang babae. Ilang taong hindi nagkukuwento si Rey sa kanya sa natuklasan nito—hanggang sumagasang muli ang pagkakataon. Dala-dala niya ang tiwala ni Rey, at araw-araw ay dala niya rin ang uri ng hustisyang alam niyang hindi niya kahit kailan masasambot kung iaasa niya iyon sa mga prosesong nakaprograma nang kumupas, mamatay, lumipas, ihian, duraan, tamuran.

"Siya yung may-ari, boss?" tanong ni Ato kay Mang Romy sa tonong kunwa'y walang kamalay-malay.

"Oo. Si Ma'am Gamboa, 'di mo kilala?"

"Hindi, boss."

"Hinde, ibig kong sabihin, 'di mo kilala si Ma'am Gamboa? Naging teacher pa 'yan ng mga tao kong gumagawa ngayon dito."

"Ah, sa purbinsha kasi ako nag-aral, boss."

"Ahhh." Tatangu-tango ito. "Nadinig mo bilin ni Ma'am, ha?"

"Opo," matipid na tugon ni Ato.

Dinig na dinig niya, at iyon ang magsisilbi niyang espasyo para isalansan at bigyang-katuparan ang lahat ng inilatag na plano at bilin sa kanya ni Rey—pinakamagandang banyo, pinakamasinsin na pagtutubo, pinakamalinis na trabaho.

———

09472927791
Mnamadali aq ni sarge bigla
Nkuha m n b ang asawa ko?

09472927791 is calling you...
Answer | Decline

1 missed call

185

09472927791

Ano wla b?

Kung tama ang iniisip namin ni Benjo, wala kaming ibang kailangang gawin ngayon kundi sumubok. Kung 'di namin susugalan ang suspetsa namin, baka mawalan ng saysay ang mga nasimulan namin. Sumagot kami sa text.

To: 09472927791

Nskin n aswa m

09472927791

Kylngan ko ng prweba . sagutin u call q

Tumulak kami papunta sa kabilang kuwarto. Sa pagkakataong ito, si Benjo ang nagtanggal ng busal ni Liu.

"Please don't kill me! Please!" pagmamakaawa na naman nito.

"Motherfucker, cut that shit!" bulyaw ni Benjo.

Tumawag kami sa numerong iyon. Walang tatlong segundo nang sagutin ng nasa kabilang linya.

"Ano na?" bungad nito. Hindi ako sumagot.

"Talk to your wife." Umiling ito. Nagkatinginan kami ni Benjo. Inilapit ko kay Liu ang telepono pero ayaw nitong magsalita. Dire-diretso na ang putak ng nasa kabilang linya kaya umamba na ng tadyak si Benjo sa kanya.

"Ano, nasa 'yo na ba ang asawa ko?"

"Please, no! No! Don't kill me!!!"

At dagli kong binawi ang telepono't pinatay ang tawag. Ibinalik ni Benjo ang busal ni Liu. Sinara namin ang pinto at bumaba.

Send to: 09472927791

Wg u twag ng twag mattrack tyo ni sarge...

Pareho kami ng sapantaha. Pero sa mga oras na ito, wala kaming magagawa kundi ang mag-abang, maghintay. Ito ang tantiya namin sa ngayon. Kailangan pa naming pagdugtung-dugtungin lahat bago kami makagalaw nang maluwag. Ipinagpalagay naming si Liu ang hinahanap ng kausap ni Marquez. Pero kung siya nga, bakit ayaw niyang makipag-usap dito?

"Ano'ng sa tingin mo, Rey?"

"Medyo nalilito rin ako." Dinukot ko ang kaha ng yosi sa bulsa. "Peram lighter." Nagsindi ako at saka ko iniabot sa kanya ang pareho. Nagsindi rin siya.

"E, kung siya e nangangailangan ng tulong, bakit ayaw niyang makausap ang asawa niya?"

"Baka kasi nga mali tayo ng iniisip. E, sinubukan lang naman natin, 'di ba?"

Ilang saglit pa, umugong na ang phone ko. Sumenyas ako kay Benjo na manahimik muna. Madali kong sinagot ang tawag na kanina'y hinihintay ko para sa isang bagay lamang. Ngayon, hindi na. Hindi na lang isa.

"Uuwi na ang anak mo sa 'yo," bungad nito sa 'kin. Mga salitang nanuot muna sa bungo ko ng ilang sandali.

26
MULTO

GA-GRADUATE na sa kolehiyo noon si Benjo nang malaman namin ang tunay na nangyari sa erpats niya. Nauna siyang makatapos sa 'kin. Huminto ako ng isang taon sa high school. Galit na galit sa 'kin si Benjo noon, pero wala namang ibang paraan.

Araw ng exam namin noon. Akala ko, hindi na papasok si Benjo. Late lang pala. Habang nagsasagot ako ng papel, hindi maalis ang tingin ko sa kanya. Naroong yuyuko lang siya at iidlip. 'Pag naalimpungatan naman ay magdodrowing sa armchair niya. Lumilipas ang oras na hindi niya nagagalaw ang mga papel. Sabi sa 'min sa Guidance, isang-isa na lang, bibinggo na si Benjo.

Nang magbigay ng mga huling minuto ang teacher namin, tumayo na si Benjo at iniwan ang mga papel niya. Alam kong gagawin niya 'yon. Hindi naman pumalya ang inaasahan ko. Sumunod na lumabas ay ang teacher namin, naro'n sa hallway ang manliligaw niyang nagpapa-raffle ng sisiw na si Kuya Wendel. Pinuntahan ko ang mesa ni Benjo, ni pangalan hindi niya isinulat. Mas'yadong hardcore.

Kinabukasan, anunsiyo ng mga pasado, pasang-awa, at bagsak. Isa-isang tinatawag ng teacher namin ang mga estudyante base sa kabuuang score sa lahat ng exam. Matapos tawagin ang ilang pangalan, laking gulat ni Benjo nang tawagin ang apelyido niya. Tupaz. Hindi pa siya tumayo agad. Natural. Wala naman siyang isinagot sa exam, wala siyang inaasahang score. Pero 'ayun nga, pasado siya. Natapos nang matawag lahat ng kaklase ko, ako na lang ang naiwan. Ipinatawag ako sa Guidance. Ano raw ang nakain ko at bakit wala akong kahit isang sagot sa exam? Kahit daw sana nanghula man lang ako. Hindi na ako sumagot, hindi na ako pumalag. Sa isip ko, ipataw na lang ang ipapataw sa 'kin. Kaya 'ayun, repeater.

Alam na alam ni Benjo kung ga'no kapangit ang sulat ko. Pareho kami. Pa'no, alam kong hahardkorin niya 'yong araw ng exam kaya sinadya kong huwag lagyan ng pangalan ang mga papel ko hangga't 'di ako nakasisigurado sa kung ano'ng balak niya sa exam. Kaya pagsibat niya at paglingat ng teacher namin, si Ma'am Cabral—'ayun, si Ma'am Cabral, naalala ko na—isinulat ko ang pangalan niya sa test papers ko. Kaya nang magtawagan ng pangalan at hindi ako natawag, malamang sa 'kin na 'yong natirang papel na walang pangalan at sagot.

Tangina, sobra-sobra naman ang mangyayari kay Benjo kung pati pag-aaral mawawala sa kanya. Sa school na nga lang kami nakakapag-jam, mawawala pa kasi maki-kick out siya. Nagalit si Benjo no'n, kasi iniisip niya, pa'no raw ako? Sabi ko, tangina, kaya kong sagutan at ipasa lahat ng mga dadating na exam dahil wala akong hassle na katulad ng kanya. Pero biro ko, sa susunod na gawin niya 'yon, alangan namang 4th year siya, 3rd year ako, 'tapos ako pa rin sasagot ng exam niya. Buhat no'n, unti-unti naman siyang napursige at nakabalik. Walang araw na hindi siya nagpapasalamat. Hirit ko na lang lagi sa kanya, Marlboro pula.

Iyon na nga't graduating na sa college si Benjo, nalaman niya sa tiyuhin niya na kapatid ng ermats niya ang totoong nangyari. Lumuwas ng Maynila ang tiyuhin niya para dalawin ang ermats niyang may sakit na noong panahong iyon. Ang tiyuhin niyang iyon ang naalala niyang sinasabi ng ermats niya na kasamahan ng erpats niya sa destino sa probinsiya. Iyon ang alam ni Benjo buong kamusmusan niya.

Pero ang tunay na kuwento, ang tiyuhin niya ang kumukupkop sa kanyang erpats at mga kasama nito sa nayon. Hindi na bago ang mga engkuwentro sa lugar nila kuwento nito. Isang araw, iniuwi raw ang erpats niya ng mga kasama doon sa kanyang tiyuhin. May tama sa balikat. Kailangan ng agarang lunas sa lalim ng tinamong sugat. Nang mabigyan ng pansamantalang-lunas sa bayan ay napagdesisyunang ibaba sa Maynila para makapagpagamot at makabawas na rin sa dalahin ng mga kasama nito. Lulan ng trak na ginagamit pang-deliver ng mga isda, ibiniyahe ang erpats niya paluwas ng Maynila. Paglapag nila sa Cubao, bandang Aurora, may biglaang checkpoint ang ilang mga unipormadong militar. Alam nilang setap iyon at inabangan ang erpats niya. Umugong ang usapan pabalik ng baryo na mismong kapitan nila ang nag-tip sa mga militar. Ilang araw pagtapos noon, parehong kapalaran ang sinapit ng kapitan. Iniuwi ang ulo nitong nakakahon sa asawa't mga anak.

Ilang taong sinarili ng ermats niya 'yon. Ilang taon din niyang hinintay na maliwanagan siya, at no'n ngang binigyang-liwanag lahat ng tiyuhin niya, para pa rin siyang batang inilagay sa dilim— kakapa-kapa. Buong kamusmusan niya, ang lahat pala ng kuwento tungkol sa erpats niya ay walang katotohanan—tulad ng pagtatrabaho nito bilang inhinyero na nakadestino sa probinsiya, ang mga padala nitong laruan sa kanya, ang mga kunwaring sulat ng pangungumusta. Hindi rin nagtagal, pumanaw ang ermats niya at ni isang bagay tungkol sa nangyari sa erpats niya, wala itong sinabi. Ang tanging iniwan nitong mga salita ay mabuting tao ang erpats niya, at mahal na mahal siya nito.

Hindi mawala-wala sa isip niya na halos abot-kamay nang makasama niya ang kanyang erpats noong mga panahong napagdesisyunang lumuwas ito sa Maynila. Sabi ni Benjo, kung nagkasama raw sila ng epats nila noong mga panahong iyon ay hindi sana niya ngayon naiisip na ang lahat ng mga padalang laruan at sulat noon ay pawang gawa-gawa lamang ng ermats niya. Kundi lang dahil sa tarantadong traydor na kapitan.

Nang maka-graduate na rin ako at makapagtrabaho, napadalas ang labas namin ni Benjo. May pera na e, p'wede nang mag-inom at sumindi nang hindi namomroblema kung ano'ng uulamin bukas. Unti-unti, naghihilom ang nagnanaknak niyang gunita. Sunod-sunod pa ang naging promotion niya kaya naman sa sobrang abala, parang nakalimutan niya nang maging malungkot. Matagal na panahon, hindi namin napagkuwentuhan ang tungkol sa erpats niya. 'Di tulad noong sariwa pa, wala kaming inom na hindi niya iniiyakan iyon kapag naaalala niya.

Kaya nang makarating sa kanya ang walang kasinglupit na sinapit ni Ato—una'y ang kaisa-isa nitong anak na si Alvin, sumunod ay ang pinakamamahal nitong asawa na si Belen, parang nanumbalik sa kanya ang lahat ng mabibigat na alaala kung pa'no nawala ang erpats niya sa kanila. Kung pa'no ipinagkait sa kanya ng mahabang panahon ang mga katotohanang pinaniniwalaan niyang bubuo sana sa kanya.

No'ng nasa lamay kami ni Belen, nadaanan namin ang isang pamilyar na mukha. Mamang putol ang isang hita. Wala kaming kilalang mamang putol ang hita pero pamilyar ang mukha niya. Habang b'yahe namin papuntang store ni Jun, bigla na lang binanggit ni Benjo kung sino 'yong pamilyar na mamang nakita namin.

"Si Ryan yun," bigla niyang banggit.

"'Di ko nakilala, ibang-iba ang itsura niya ngayon."

"Ganun pa rin. Mukha pa ring tite. Kaiba lang, putol na yung kanan niyang hita," giit niya. Ngumiti na lang ako.

Dala-dala ni Benjo ang mga kuwento at sumbong ni Ato noong gabing 'yon. No'ng gabing 'yon na nagpagpag kami sa store ni Jun at naro'n si Monching para magyabang, mangupal, mamburaot, mang-hassle at pasinungalingan ang lahat ng dinaing ni Ato sa amin.

Naalala niya si Ryan na sumampal-sampal sa kanya ng titi habang nakaluhod siya sa basa't mapanghing sahig ng CR ng boys, ang kapitan ng baryo na nag-tip sa kanyang erpats sa mga militar, ang mga militar na tumadtad sa erpats niya. Naalala niya ang mga taong iyon sa katauhan ni Monching.

27
MARTES SA SAN ROQUE CHURCH

UUWI na raw si Alison. Para bang pangalawang buhay 'yon para kay Rey. Kaya naman nang isa-isahin ni Mrs. Cedes ang mga kondisyon bago niya isauli si Alison, walang kahit anong alinlangan o pagdadalawang-isip na inoohan ni Rey ang lahat. Inaasahan iyon ni Mrs. Cedes. Kalkulado niya na ang magiging takbo ng pagbawi niya sa asawa.

Simpleng-simple ang hinihingi ni Mrs. Cedes kay Rey. Sa darating na Martes, sa simbahan ng San Roque, kunin ang gym bag na itim sa patio. Sa quadrangle parking, hanapin ang lumang modelo ng Isuzu D-max na pula, iabot sa nasa passenger seat ang gym bag. Kapag areglado na, iiwan si Alison sa loob ng Watsons sa tawid-kalsada sa tapat ng simbahan. Lahat ng iyon, inoohan ni Rey nang walang pagtatanong. Alam na alam ni Mrs. Cedes kung pa'no mamanipulahin ang damdamin ng isang nangungulilang ama. Ang nakalimutan niya lamang o ipinagwalang-bahala't hindi nakita ay ang kapursigihang nagpapatalas sa isang amang hindi lang uhaw, bagkus ay hayok na bigyang-hustisya ang anak na sinalaula ng mga unipormado't de-tsapang baboy na itinalaga ng mga buwayang de-barong para mamastol ng tao.

Martes, sa simbahan ng San Roque. Unang naengkuwentro ni Rey iyon sa mga mensahe ni Mrs. Cedes kay Marquez. Hindi sila nagkamali ni Benjo ng tantiya. Kaya naman bago pa bitiwan ni Mrs.

Cedes ang mga direksiyon, minaniobra na nina Rey at Benjo ang magiging takbo ng palabas na gustong mapanood ni Mrs. Cedes.

Masinsin na hinawan nina Rey at Benjo ang mga sitwasyong maaari nilang harapin sa Martes. Kaya naman pinaglamayan ng dalawa, katuwang ang ilang tasang kape't kaha ng pula, kung pa'no magiging madulas ang pagbawi nila kay Alison. Dinebate nina Rey at Benjo ang lahat ng posibilidad.

———————

ARAW ng Martes, alas-dos ng hapon. Nag-text ako na nasa area na ako. Nag-abiso ng kulay ng suot ko, sa'n ako mismo nakahimpil. Gano'n ang usapan. Mauna akong magsabi kapag nasa lugar na ako para maaari na nilang iwanan ang bag sa patio.

> *09472927791 is calling you...*
> *Answer* | *Decline*
> "Naro'n na ang bag,"
> "Papunta na ako,"

Tumulak ako papunta ng patio. Malayo pa lamang, tanaw ko na ang itim na gym bag, nagsusumigaw sa liwanag ng alas-dos. Nasa tabi iyon ng malaking paso. Luminga-linga ako, alam kong nasa paligid lang ang nag-iwan nito, pinanonood ako.

> *Calling 09472927791*
> "Nakuha ko na yung bag,"
> "Good, dalhin mo na sa D-max."
> "Ang anak ko?"
> "Usapan natin, 'di ba pagtapos?"
> "May kasama akong nag-aabang sa kanya doon."
> "Putangina mo, usapan ikaw lang, ha?"

"Putangina mo din! Gusto mong ibato ko 'to sa kalsada?"

"Tangina mo."

"Tangina mo din."

Ibinaba ko ang phone. Hindi ako gumalaw hangga't 'di nagkukumpirma si Benjo. Alam kong nakikita nila ako, pinanonood nila ako. Hindi ako gagalaw hangga't hindi nila ibinibigay ang hinihingi ko. Patigasan kami. Putangina.

––––––––

NAKA-STANDBY si Benjo sa Watsons. Tanaw niya sa salaming pinto ang mga naglalabas-masok. May isang lalaking patpatin na nakasumbrero akay ang isang dalagang nakasumbrero din. Iniwan ng lalaki ang dalaga malapit sa estante ng mga sabong pampaputi.

Dagli niyang pinuntahan ang dalaga. Inakbayan niya ito. "Sino po kayo?" tanong ng dalaga. Iniangat ni Benjo ang kanyang sumbrero. "Tito!" anas nito. Pinahubad niya ang suot nitong jacket. Lumapit siya sa counter at nakiusap na kung maaaring makigamit ng locker. Pumayag ito nang sabihin ni Benjo na magbibihis ng school uniform ang pamangkin niya. Nang makabihis na si Alison, binilinan niya ito.

"Sa Mercury, ha. Iikot ako ng simbahan."

"Opo."

Paglabas nito, sumunod si Benjo, nakamatyag sa paligid. Humimpil siya sa katabing 7/11 para tanawin si Alison patawid ng Mercury sa crossing. Nag-text siya kay Rey at umikot ng simbahan.

––––––––

ILANG saglit pa, nag-text si Benjo. siya rin ang may hawak ng phone ni Marquez ngayon, kontrolado niya ang sitwasyon sa mga kasabay na mangyayari ng pag-abot ko nitong gym bag.

B E N J T V P A Z
Tira

Bitbit ang gym bag, dagli kong tinungo ang quadrangle parking. Dumaan ako sa pagitan ng mga sasakyan para ikubli ang magiging mga galaw ko. Huminto ako sa gilid ng isang pick-up para basahin ang text ni Benjo.

B E N J T V P A Z
Mercury

Ilang sasakyan pa'y natunton ko na ang D-max na pula. Tinanaw ko muna ang entrada ng simbahan, nakita kong may isang malaking mamang papunta sa direksiyon ng kumpisalan. Gamit ang numero ni Marquez, nagbigay ng direksiyon si Benjo na nasa kumpisalan si Liu, naka-hoodie jacket tulad ng napag-usapan.

Bukas ang bintana ng passenger seat, iniabot ko ang gym bag. Dagling kinuha ng isang mama, sinilip at nag-start agad ng sasakyan ang drayber.

"'Wag kayo magmadali, alam kong wala sa inyo ang anak ko," sabi ko sa kanila. Lumakad ako patungo sa labasang gate sa likod ng simbahan.

———————

PAGPASOK ng tauhan ni Mrs. Cedes sa kumpisalan. "Mr. Liu?" tapik ng mama sa likod ng naka-hoodie. Paglingon ay isiniwalat ng ibinabang hoodie na nakatabon sa ulo ang isang binatilyong kulay kalawang ang buhok.

"Po?" taka nito.

"Tangina, sino ka?" galaiti pero kontrolado ang boses nito.

"Inutusan lang po ako nung lalake kanina, magsuot daw po ako ng hoodie." Kinuwelyuhan siya ng mama. Napansin iyon ng mga nagdarasal na matanda sa bandang gilid. "'T-Tapos umistambay ako dito sa kumpisalan. Akin na daw 'tong hoodie saka wampipti," paliwang ng binata.

"Putangina," sabay dukot ng phone at tawag sa amo.

Calling 09472927791

"Negatib, ma'am!"

"Hoy, mister! Bitiwan mo 'yang bata! Bakit dito ka gumagawa ng kasangganuhan sa loob ng simbahan!" sita sa kanya ng matandang babae na kanina pa sila napupuna.

Bago pa man makamaniobra ang D-max, pumasok na sa eksena ang mga pulis at hinarangan ang mga labasan ng sasakyan. Nagpumilit na makalabas ang D-max at sinagasaan ang mga katabing sasakyang naka-park. Humarurot ito palabas ng quadrangle ng San Roque.

Pag-ikot nila papalabas ng tulay, papuntang talipapa ng Comembo, naharang na sila agad ng mga nakaabang na pulis. Naalarma ang mga namamalengke't namimili sa bayan. kanya-kanyang takbo ang mga tao. Nakipagpalitan ng putok ang mga nasa D-max, pinaulanan sila ng isang tropang pulis backup na mga nakasibilyan. Tinamaan ang isang matandang babaeng patawid noon galing talipapa. Nawalan ng kontrol ang sasakyan at bumangga sa sidewalk barrier, patay ang tatlong armadong lalaking lulan nito. Kanda buhol-buhol ang mga sasakyang pababa at palabas ng Pateros.

MALAYO pa lang tanaw ko na sina Benjo at Ali sa tapat ng Mercury. Nananakbo ko silang tinawid, paglingon ni Ali sa 'kin, parang sasabog ang puso ko. Agad ko siyang niyakap nang mahigpit na mahigpit. Walang-humpay ang pagtulo ng luha ko. Iyak nang iyak si Ali. Walang ibang sinasabi kundi Papa.

"'Andito na ako, anak."

"Tawid tayo, nakaikot na si Ato," anas ni Benjo.

Akay-akay ko si Ali, tumawid kami sa kabila at lumakad papunta sa ACT's na tindahan ng kutson. Doon kami sinundo ni Ato gamit ang pick-up ko. Sumakay si Benjo sa harap, kami naman ni Ali ay sa likod. Hindi makakalag ang pagkakayakap ko kay Ali. Nakasiksik lang siya sa dibdib kong basang-basa na ng luha niya.

"Kagulo na do'n, Boss," anas ni Ato.

"Walang nakapansin sa 'yo?" tanong ni Benjo.

"Wala, Boss. Hinintay kong makalabas yung ibang sasakyan na inararo nung D-max saka ako sumabay ng alis. Do'n sila nagkaipitan sa may tulay pa-Comembo."

At napansin ko na lang nakatulog na si Ali. Hindi ako makapaniwala. Akap-akap ko na siya ngayon. Pakiramdam ko, binubuhusan ng maraming maligamgam na tubig ang kaluluwa ko.

"Rey," sabay pakita ni Benjo ng phone ni Marquez. May tumatawag. Pinatay niya ang tawag at nag-text.

Send to: 09472927791
Sal2x 8==D '
Message sent

Nang madaanan namin ang isang pader na may nakasulat na BAWAL MAGTAPUN NG BASURA D2 MOLTA P1000 pero tambak-tambak ang mabahong basura, binuksan niya ang bintana ng sasakyan, kinalas-kalas ang phone at saka initsa doon.

"Sa'n mo binaba si Liu?" tanong ko kay Benjo.

"Metrowalk."

"Tingin mo dun?"

"Alam naman niya ginawa ng asawa niya sa kanya."

"'And'yan yung bag sa ilalim ng upuan, Boss Rey," paalala ni Ato.

Dinukot ko ang bag sa ilalim, bahagya kong binuksan at sinilip. Bungkos-bungkos ng tig-iisang libo, patung-patong. Binalasa ko para makita ang ilalim. Pasitib. Nilingon ako ni Benjo, ipinakita ko sa kanya ang laman ng bag. Tumango-tango siya sa akin, kalahati ang ngiti.

28
FEEL AT HOME

INABUTAN ko si Benjo sa kuwartong kinaroroonan ni Katrina hawak ang isang supot. Nakaupo siya sa harapan nito. Bantulot siya. Iba ang pakiramdam ko.

"Benjo?" Hindi niya ako nilingon. Inulit ko ang tawag, wala pa rin.

Lumapit ako sa kanya. Balisa siya. Nang masipat ko si Katrina, nakalawit ang dila nito, tirik ang mga mata. Tumuloy-tuloy na ang kalabog ng dibdib ko. Tinabig ko si Benjo at pinulsuhan si Katrina. Wala na, hindi na humihinga. Ilang beses kong inulit. Wala na.

"Putangina, Benjo!" Kinuwelyuhan ko siya at itinayo. "Putangina mo, ano'ng ginagawa mo?!" Pinipigilan ko ang sarili kong ilapat sa mukha niya ang nanginginig kong kamao.

"Rey! Inabutan ko siyang inaatake ng hika!" Natigilan ako. Lumuwag ang kapit ko sa kuwelyo niya. Napabaling ang tingin ko sa supot sa sahig na nabitiwan niya. Binitiwan ko siya. Pareho kaming hinigop na lang bigla ng katahimikan. Pareho naming 'di alam ang gagawin.

NAMUMUWALAN ang mesa sa dami ng putaheng handa. Malaking bahagi ay sinasakop ng dalawang lechon baboy. May kalderetang itik, menudong tadtad ng pasas, pansit, lumpiang shanghai, cake, buko pandan, inutak at kung ano-ano pa. Lahat ng sulok ng bahay, nabasbasan na ni Father Von. Ang mga amiga, kamag-anak at mga kasamahang guro, present. Masaya ang lahat.

Naparami ng juice si Father Von at nagpaalam kay Ginang Gamboa na makikigamit ng CR. Si Father Von, ang unang gagamit ng CR, ang bibinyag dito.

"Father, buena mano ka sa toilet namin!" biro ni Ginang Gamboa. Tawanan ang lahat. Nakitawa na rin si Father.

Maganda ang banyo. Malaki at masinsin ang pagkaka-tiles. Mabango. Maaliwalas ang kulay. May bidet at flush ang toilet. Matagal-tagal ding inipit ni Father ang kanyang ihi, bumubula-bula pa iyon nang pakawalan niya. Nang i-flush niya, nagtataka siya at hindi agad bumaba ang tubig. Naro'n pa rin ang matapang na kulay at amoy ng ihi niya. Naisip niya, bago kasi at baka kailangan ng ilan pang bomba para bumaba. Inulit-ulit niya ang pag-flush hanggang sa napansin niyang pumupula ang tubig. Pag-flush niyang muli, lumitaw ang isang kamay na may mga daliring nangingitim.

"Dyusko!" Balikwas si Father Von at sa taranta'y nadulas ito. Malakas ang tama ng ulo sa makinis na makinis na tiles. Lumikha iyon ng malakas na kalabog. "Aghhhhhggksh!" palahaw ni Father Von. Takbuhan ang mga tao papunta sa CR. Pilit binubuksan ni Ginang Gamboa ang pinto.

"Father? Father!" panay kalabog niya. Ipinahanap niya ang susi sa kanyang pamangkin. Nang masusian. Nahirapan pa rin siyang buksan ang pinto. Pinilit niya iyong itulak. Ang mga bisita'y nakausisa sa kanyang likuran. Pare-parehong ninenerbiyos, pero bitbit pa rin ang kanilang mga platong punong-puno ng pagkain. Nang sa wakas ay nabuksan ang pinto, tumambad sa kanila ang nakahandusay na katawan ni Father Von, putok ang ulo. Naglawa sa dugo ang sahig ng banyo. Nakaharang ang ulo ni Father Von sa pinto ng CR kaya naman kahit pa nasusian na'y nahirapan pa rin silang buksan ito.

"Andy, may kamay doon sa inidoro! Ahhyyyyyy!" sigaw ng isa niyang co-teacher. Nanlaki ang mga mata ng mga usisero-usisera saka nagsipagpulasan palayo. Naiwan doon si Ginang Gamboa na nakatanghod sa trahedya ng buena mano ng kanyang banyo, higit doon ay ang hiwaga ng kamay na lumitaw sa inidoro.

———

GIIT ni Benjo, siya na muna ang solong aayos ng sitwasyon sa inupahang bahay. Alam niyang maraming oras ang ninakaw ng mga pangyayari kina Rey at Alison. Pero hindi pumayag si Rey.

Si Benjo ang nag-asikaso ng mga tawag gamit ang mga pangalan at numerong sa loob ng bente-kuwatro oras ay magiging bahagi na lamang ng isang araw na kasaysayan. Walang maiiwang marka. Habang si Rey naman ang nag-asikaso sa lagay ng inuupahang bahay. Noong simulan nila ang paggamit sa bahay na iyon, ang pagliko sa billing address ni Marquez, kumpiyansa silang hindi iyon makikita ng matatalinong imbestigador lalo't siyensa pa rin ng mga lumang pelikula ni Lito Lapid ang sinusundan ng mga ito. Sa kasaysayan ng mga inamag na krimen sa bansa, wala pang imbestigasyong alam ang mga Pilipino na makapag-aangat sa kredibilidad ng mga pulis at buong organisasyon nito. Kung ano sila sa mga pelikula ni Dolphy, walang pinag-iba 'yon sa tunay na buhay matapos ang ilang dekadang rebolusyon sa teknolohiya.

Sabado ng tanghali, nakalatag na ang lahat ayon sa orihinal pa ring plano. Pinakuan ni Rey ng mga retasong tabla ang kuwarto ni Katrina. Ang martilyo ay iniwan niya sa sahig malapit sa kuwarto. Pasibat na siya nang mapansin niyang kumikisi si Marquez. Nilapitan niya ito. Nagsindi siya ng yosi. Malalim ang kanyang hitit-buga. Hindi niya lubos maisip na buhay pa rin ito matapos tamuin ng bungo nito ang lahat ng galit niyang pinastol ng martilyo. Pinatay niya ang napunggok na sigarilyo sa mukha nito, pagkadaka'y binagsakan niya ng malakas na tadyak sa mukha. Kikisay-kisay ito at lalo niya pa ngang idiniin ang pagkakaapak sa mukha nito. Hindi niya napansin ang pagtulo ng kanyang mga luha.

Nangingisay ito. Lumalaban pa rin para isalba ang hininga. Pero hindi rin nagtagal, nalagot iyon sa pabigat nang pabigat na pagkakaapak ni Rey. Naalala niya, nag-abiso na sa text si Benjo na kailangan na niyang lisanin ang bahay. Hinubad niya ang kanyang boots at isinilid sa backpack. Nagpalit ng tsinelas at saka dagling sumibat. Sa likod-bahay siya dumaan. Tumulak siya papunta sa Iglesia ni Cristo kung saan naka-hazard si Benjo at naghihintay sa kanya.

Pagsibat ni Rey, isang binatang may katangkaran ang dumating sa bahay, si Maxwell. Panay ito doorbell at katok ng barya sa gate. May ilang minutong nagtagal ang binata doon hanggang sa tamaan ng inip. Nang mapansin nitong nakakabig lamang ang gate, nangahas itong pumasok, dire-diretso sa bahay. Napuna niya ang isang pamilyar na rubber shoes sa entrada ng bahay; nakabalandrang sapatos ni Katrina. Lalo siyang nakaramdam ng kumpiyansa. Para sa kanya, indikasyon iyon na lalo siyang maaaring mag-feel at home. Sa loob-loob niya, panalo. Ito ang safe na puwestuhan na ipinangako sa kanya ng kasintahan. Kaya naman nang sa wakas ay kontakin siya nito, walang pagdadalawang-isip itong lumakad para dalawin ang nobya at s'yempre, kumustahin ang benta ng mga item nila. Buong akala niya, inistir na siya nito.

"Tao po? Kaaaaaat?" walang sumasagot.

Itinuloy-tuloy niya ang pagiging pangahas at umakyat sa taas. Pag-akyat niya, sinalubong siya ng katawang nakahandusay, duguan at burado ang mukhang nagmistula nang giniling na baboy. Nabigla siya at napaatras siya sa nakita. Napuna niya ang kuwartong may bara ng mga tabla at ang martilyong mantsado ng dugo sa sahig.

Hindi niya alam kung bubuksan niya ang kuwarto o ano. Natataranta siya. Kinatok-katok niya ang kuwarto.

"Kaaaat! Baaabe!" sigaw niya. Sinilip niya ang maliit na siwang sa pagitan ng pinto at sahig. Naaninag niyang mayro'ng tao sa loob at sa palagay niya ay si Katrina iyon. Dinampot niya ang martilyo pero hindi niya pa rin alam kung bubuksan niya ang kuwarto. Gimbal na gimbal siya sa itsura ni Marquez. Para siyang musmos na naghahanap ng saklolo. Nabitiwan niya ang martilyo nang madinig niya ang pagbukas ng gate at ang malalakas na yabag ng paa papasok ng bahay, paakyat kung sa'n siya naro'n.

BREAKING NEWS: POLICEMAN AND TEENAGER LOVE TRIANGLE ENDS IN DOUBLE MURDER

SPO2 Edgardo Marquez, 44, was found dead due to numerous hammer strike to the face and head. Also found dead was Katrina Madrigal, 19, who was allegedly in a relationship with the married police officer. The grisly killings happened in a house rented under Marquez's name. The bodies were found by barangay tanods of Sto. Rosario who were first on the scene. They entered the rented house when neighbors complained that there was violent screaming coming from next door. The tanods also found Maxwell Nuñez, 20, who claimed to be Madrigal's boyfriend. Nuñez was alive, conscious, and covered in blood. According to SPO2 Marquez's wife, her husband had not come home for quite some time and never returned any of her calls. Investigators added that items such as expensive bags, shoes, and many other women's luxury items allegedly purchased by Marquez's credit card were also found at the crime scene.

IN THE NEWS: HOUSE BLESSING TURNS INTO 'HOUSE OF THE DEAD'

Nothing could be done at the hospital for Father Von Mendez Casiano, 47, who was declared dead on arrival after suffering from a nasty fall and hitting his head on a toilet bowl at a house blessing.

Teacher Andy Gamboa, 58, was entertaining her relatives and co-teachers at the blessing of her newly constructed house when she heard a loud thud from the bathroom. Gamboa and some of her guests rushed to see what caused the loud sound and opened the locked door with force. They found Father Casiano on the floor lying in a pool of his own blood. One of Gamboa's co-teachers, Zenaida Cruz, 50, shrieked and pointed at the human hand sticking out of the toilet bowl.

According to investigators, Father Casiano may have lost his footing when he saw the hand which may have led to his untimely demise. Police discovered that the hand was attached to an arm that was chopped off just above the elbow. They had to dig up the plumbing to retrieve the entire body part. The arm's owner has not been identified despite being covered in a full sleeve tattoo bearing the image of the Virgin Mary. It is also not known if the owner of the tattooed arm is living or dead.

Homeowner Andy Gamboa was furious and claimed to know nothing about how the severed arm got there. Investigators are currently looking for Romulo Espiritu, the foreman who was in charge of building the house. According to the foreman's relatives, Espiritu had already gone overseas to Oman. They also mentioned that past clients were also looking for him due to certain unresolved business dealings

---

HINDI rin nagtagal, nalaman nila kung kanino 'yong kamay na lumutang sa inidoro ni Gamboa. Natagpuan 'yong ulo at ibang parte ng katawan ni Monching sa Binangonan. Pero 'yong dalawang paa, nahukay sa likod-bahay ni Gamboa. Kilalang asset si Monching.

Pagtapos no'n, kumapal ang mga imbestigasyon at pag-uugnay sa nangyari doon sa pinauupahan niyang bahay—dahil bigla ring pumutok ang mga bali-balita sa pagkakasangkot ni Marquez sa pagre-recycle ng mga nasasabat na iligal na droga noong nabubuhay pa ito at aktibo sa serbisyo. Ulol na ulol ang PNP sa magkasunod na krimeng nangyari sa lugar. Hindi sila magkandamayaw kahahanap ng kaugnayan sa dalawang kaso. Kaya ending, idinawit ang pangalan ni Gamboa sa listahan ng mga nagpapalakad ng shabu sa Pateros. Natapos sa simpleng naratibong 'salvage' ang ginawa kay Monching. Kung ano'ng motibo kaugnay sa pagkakadawit ng pangalan ni Gamboa sa listahan ay hindi malinaw. Hindi nilinaw. Basta ito ay asset at si Gamboa ay nagpaupa ng isang pulis na kumabit sa isang tinedyer na ginawa niyang runner ng mga item na nahuli sa mga operasyon. Walang isang linggo, natabunan ang balitang iyon ng mga balitang: sikat na vlogger, nabuntis ng isang matandang pulitiko; Duterte, minura ang CHR; Dating boldstar, huli sa buybust; Bong Go, ibinahagi ang pagiging mapagkumbaba ni Presidente Duterte—litratong kumakain sa karinderya, umani ng paghanga sa mga netizen; Sal Panelo, sinabing walang masama sa pagmumura ng presidente tuwing SONA, mga rape jokes, 'wag dibdibin; Robin Padilla, 'juts' daw sabi ni Rossana Roces, at kung ano-ano pang mga katulad na balita na tumabon din sa mga reports tungkol sa patuloy na pagtaas ng bilang ng mga biktima ng Extra Judicial Killings.

HINDI na ako nagsayang ng oras. Ayokong malayo na naman sa anak ko pero sa ngayon, wala akong nakikitang mas makabubuting paglagyan sa kanya kundi doon sa Tita Lizette niya sa Melbourne. Nag-abiso ako kay Lizette na doon na muna si Ali, doon na rin magpapatuloy ng pag-aaral. Natuwa naman ito sa ibinalita ko. Sanggol pa si Ali noong huli niyang makasama. Gusto kong kahit sa ganitong paraan, mailayo ko ang anak ko sa bangungot ng lugar na 'to. Putangina, ultimo amoy ng mga bagay, nakapagpapabalik ng alaala—masama, mabuti. Doon sa Melbourne, iba naman siguro ang simoy ng hangin. 'Di tulad dito.

Binigyan namin ni Benjo si Ato ng malaking halaga galing doon sa ransom money. Sobra pa para makapagsimula siya ng bagong buhay malayo sa Metro Manila. Ayaw niyang tanggapin. 'Ka ko'y sasama ang loob namin kapag tinanggihan niya. Napilit naman namin siyang tanggapin ang pera pero ayaw niya raw umalis sa pagtatrabaho sa 'kin. Sino ba naman ako para hindian ang taong ilang taon kong pinagkatiwalaan sa munti kong kabuhayan? Nagpatuloy kami sa hardware.

Si Benjo, ni baryang banlag, ayaw tanggapin. Aniya, mas makabubuti raw kung ilaan na lang ang pera sa pagpunta at pag-aaral ni Ali sa Australia. Nagpasalamat ako sa kanya at hindi na tinanggihan pa ang alok na 'yon. Dahil kung tutuosin naman talaga, ang apat na milyong piso ay hindi naman malaking halaga kapag nagsimula ka nang mag-convert sa dolyar at mamuhay sa lugar na ang metro ng cost of living ay dollar sign ang ipinapatak. Hindi rin naman mayaman ang kapatid ko doon sa Melbourne.

At s'yempre, nakikisuyo na nga lang ako, ay ako dapat ang sumagot ng lahat ng gastos, sa abot ng makakaya ko s'yempre. E, kahit naman siguro anong klaseng abutin pa 'yan, e aabutin ko para sa anak ko. Dahil wala akong kapangyarihan na magtanggal ng masamang karanasan sa alaala at puso ng tao, maano man lamang itaya ko na ang lahat para makabuo siya ng mga bagong masasayang alaala malayo sa lugar na 'to.

Mabilis kong naiayos ang mga papeles niya. Bukod sa nakadadali kapag may kamag-anak doon, nakaige na study ang reason ng pagpunta ni Ali sa Melbourne. Nakatulong pa na malaki-laki ang nai-show money ko. Walang pagtutol si Ali sa naging desisyon ko para sa kanya. Ramdam ko naman na gusto niya ring makaalis dito. S'yempre, may kaunting katotohanan naman 'yong mga nasa pelikula na nalulungkot 'yong mga anak kapag ipinadadala sila ng parents nila abroad. Pero sa kaso namin, hindi naman umabot sa lungkot—papuntang ayaw tumuloy. Alam kong gusto ito ni Ali. Para sa sarili niya, at para sa akin.

Gabi ng despedida niya, lumabas kami kasama sina Benjo, Ato, at ang ilan niyang kaibigan sa university. Humiwalay kami nina Benjo at Ato ng mesa para mabigyan naman si Ali ng espasyo at oras para makapagpaalam sa mga kaibigan niya. Sa pagitan ng mga paglagok sa serbesa at pagpapak ng pulutan, naulinigan ko ang pangalan ni Katrina. Nadinig din iyon ni Benjo dahil napatingin siya sa 'kin, tingin na nagtatanong kung nadinig ko ba 'yong nadinig niya. Pinag-uusapan nilang magkakaibigan ang sinapit ni Katrina. Kitang-kita ko ang lungkot sa mukha ni Ali. Alam ko, pinipilit niyang ikubli ang mga luha niya. Kaya inaya ko sina Benjo at Ato sa smoking area. Hinayaan na muna namin silang magkakaibigan doon sa loob.

Paglabas namin, napagtanto ni Benjo na wala na kaming yosi. Nagpresintang bumili si Ato sa malapit na Ministop.

"Nakita mo na yung balita?" tanong ni Benjo sa 'kin.

"Wala na, napanis na nga, e."

"Hindi yun, 'eto o," siyang pakita niya sa 'kin ng phone niya. Hindi ko pa agad maintindihan. Para kasing isang normal na balita lang sa panahon ni Duterte. Pero nang basahin ko ang mga detalye, doon ko napagtanto na ang tinutukoy na mga pulis sa headline na TATLONG PULIS, PATAY SA PANANAMBANG ay si Sarge Barbosa at ang dalawa pang kasama nito sa sindikato nila ni Marquez.

Bigla akong nakaramdam ng nerbiyos. Hindi ako naniniwala sa mga pamahiin, pero bukas pa naman ang alis ni Ali at bakit ngayon ipinabasa sa 'kin 'to ni Benjo?

"Tingin mo?" tanong ko sa kanya.

"Sila yung dapat kukubra ng ransom na inistiryo ni Marquez—"

"'Di titigil 'yan si Cedes, lalo ibang grupo yung nadale sa San Roque."

Dahil nga tinalo ni Marquez ang deal ni Barbosa kay Cedes, at walang kaalam-alam si Cedes na kami na ni Benjo ang 'Marquez' na kumakausap sa kanya—ang nagtakda ng mga mangyayari isang Martes sa San Roque Church—laking gulat niya nang mga pulis Mandaluyong ang nadale ng PNP-Anti-Kidnapping Group. Nang muli silang tumawag sa 'kin noong gabing kausap ko si Cedes, nakakita ako ng pagkakataon para maging mas madulas ang pagsibat namin sa eksena. Pinalabas naming request ni Marquez na sa D-max na pula ibagsak 'yong ransom dahil iyon ang gagamitin niyang sasakyan sa araw na 'yon. Pero iyon ang sasakyan ng mga pulis Mandaluyong na nagsasabing nasa kanila si Ali. Bago ko ibaba ang bag sa kanila, huminto ako sa pick-up kong luma na dala-dala ni Ato. Inilapag ko sa sahig ang isang bag at pasimpleng dinampot ni Ato at isinakay sa pick-up, saka ko dinampot ang isa pang bag na inilapag niya. Bag na pinuno't siniksikan namin ng maraming papel na napaiibabawan ng ilang tig-iisang libong pisong printed sa special paper. At ngayon, kinakabahan ako. Paalis na si Ali bukas.

Pagbalik ni Ato, bitbit ang isang kahang pula. Dalawang magkasunod agad ang nayosi ko sa nerbiyos. Pansin iyon ni Benjo, alam ko.

Pag-uwi, hindi na ako natulog. 6 a.m. ang flight ni Ali. So kailangan, alas-tres nakagayak na kami. Gano'n ang realidad ng airport at pagpunta sa mga airport sa Metro Manila, lalo't wala silang pakialam kung maiiwanan ka ng eroplano. Pero hindi makapagbigay ng pakonsuwelo kapag sila ang namemerwisyo sa mga pasahero nilang madalas tumutunganga ng ilang oras kapag delayed ang mga flight.

Hindi kami nakapag-uusap nang matagal ni Ali. Madalas, tahimik lang siya. Tulog nang tulog. Isang beses sumubok akong makipag-usap, pero alam niyang ginagawa ko lang 'yon para siguraduhing okay siya at nakakayanan niya pa. Dahil walang kasingpait ang dinanas niya. Alam kong alam niya 'yon. Matalino si Ali. Pagtapos ng unang beses na 'yon, hindi na ako umulit. Dahil kung sa katahimikan niya natutubos ang kapayapaang niyanig ng mga likhang-bangungot ng mundong 'to, sino ako para ipagkait sa kanya 'yon?

Pinagmasdan ko siya habang natutulog. Mugto ang mga mata. Tulog na nga'y humihikbi pa. Parang no'ng sanggol pa lamang siya kapagka nakatutulugan niya na lang ang pag-iyak. Inihanda ko na ang mga bibitbitin bukas. Tutal, hindi na rin naman ako matutulog, bumaba na muna ako't nagtimpla ng kape, dumampot ng libro at nagsindi ng sigarilyo.

Pang-ilang basa ko na 'to ng "Decadence" ni Anthon Frye, gano'n pa rin ang tama. Walang binatbat ang mga paboritong philosophy books ng mga kakilala kong hipster na walang ibang inatupag kundi maglatag ng mga tula nilang kulelat sa Cubao X—na sila-sila rin lang naman ang nagbabasa. Kunsabagay, sabi nga ng isang tropa, mas konti ang nakaiintindi at nagkakagusto, mas cult, mas hardcore. Pero 'ika nga ni Benjo, sino-sino na lang ba magsasalsalan, 'di ba? Natatawa ako sa mga hirit niya. Akala mo naman talaga mahilig magbasa. Nakailang stick din ako habang binabaybay ang kalagitnaan ng libro.

———

SI Ato ang pinakisuyuan kong magmaneho para sa 'min. Ipinahiram ni Benjo 'yong sasakyan niya. Nag-taxi muna siya papasok ng trabaho. E, ilang taon bago kami magkasama ulit ni Ali, itong b'yahe na lang papuntang airport ang mga huling sandali na mayayakap ko siya nang mahigpit kaya nakisuyo na ako ng pa-drive kay Ato. 'Ka ko, bukas na kami magbukas ng hardware.

Buong b'yahe, nakaakbay lang ako kay Ali. Nasa dibdib ko lang siya. Naka-earphones, pakanta-kanta. Hinayaan ko lang siya. Hindi ko man nadidinig ang pinatutugtog niya, napaiindayog na rin ang ulo ko kapag umiindayog ang ulo niya. Sinilip ko kung ano'ng pinatutugtog niya. *Vacations – Young*. Naalala ko, pinadinig sa 'kin ni Benjo 'yong Changes na album. Ganda. Trip din pala ni Ali.

Another day goes by
And where was I?
Didn't think I'd still be here
Just to make things clear

Pagsabay niya sa kanta nang mahinang-mahina, natonohan ko 'yong track. Naalala ko na. Napapasabay ako kasi parang umaandar na rin sa utak ko 'yong melody ng kanta. Maaalala ko palagi si Ali sa kantang 'to.

What's the use
I'm not talking sense
Call it a ruse
On myself
I wanted to go
I wanted to say
All things come to pass
With time
But I want everything now
To be all mine

Hangang sabay na namin iyong kinakanta. Lalo kong hinigpitan ang akap kay Ali. Gumanti siya ng mga dambuhalang halik. Hindi ko namamalayan, tumutulo na naman ang luha ko. Agad ko iyong pinahid dahil ayokong maging madrama ang paghahatid ko sa kanya. Makadadagdag pa ng bigat sa loob niya kapag maghihiwalay kaming parehong lumuluha.

Dinukot ko ang phone ko, nakailang miskol na pala si Benjo. Hindi ko na napansin. Pagdating namin sa NAIA, umistambay kami ng ilang minuto sa labas. Check ng passport, ticket, pocket money. Ilang ulit na gano'n. Mabuti na ang sigurado. Ilang saglit pa, dumating na ang sandaling alam kong dudurog ng puso ko. Paalamanan. Umakap muna si Ali kay Ato at saka umakap sa 'kin nang sobrang higpit.

"I love you, Papa, mami-miss kita."

Pilitin ko mang hindi maiyak, wala na akong nagawa no'ng madinig ko iyon mula sa kanya. "I love you too, anak." Pinahid ko muna ang mga luha niya bago ang akin. "Sige na, pumasok ka na. Mag-iingat ka, mag-chat ka sa 'kin agad 'pag nagkita na kayo ng tita mo, ha. I love you!"

"Yes, Papa! I love you tooo!" Lumakad na siya papasok, hila-hila ang bagahe niya. Tinatanaw ko siya. Unti-unti, humalo na siya sa laksa ng mga pasaherong pumapasok.

Nagpahid ako ng luha't inayos ang sarili. Tumulak kami pabalik ng parking lot. Inaya ko munang mag-almusal si Ato. 'Ka ko, hanap na lang kami ng paresan. Gusto kong humigop ng sabaw at mag-ulam ng maraming bawang at chili. Para akong lasing na gustong makawala sa hangover. Gano'n ang pakiramdam ko sa mga oras na 'to pagkahatid kay Ali.

Habang b'yahe, nagbukas muna ako ng FB. Nag-message ako kay Lizette na naihatid ko na si Ali. Browse sa feed. Hanggang sa madaanan ko ang isang headline.

JUST IN: Woman Jumps Off Building—*A 52-year-old woman allegedly committed suicide by jumping off the 12th floor of the building where she lived. The incident, which took place Wednesday, 2:29 a.m. in Barangay San Antonio, Makati City, was captured on*

CCTV. The woman was identified as a businesswoman by the name of Mrs. Cedes Luna.

Tindi ng kalabog ng dibdib ko pagkabasa ko ng pangalan. Halo-halo ang nasa isip ko ngayon. 'Buti na lang naihatid ko na si Ali. Putangina. Kaya siguro kanina pa tumatawag si Benjo para ibalita ang nangyari. Binalikan ko siya ng tawag.

Calling B E N J T V P A Z

"Nakita mo yung balita?" bungad ko pagsagot niya.

"Where is my money?" natigilan ako.

Kiinilabutan ako't nanlamig. Hindi si Benjo ang sumagot. Nadinig ko na ang boses na 'yon. Sabi ko na nga ba e, putangina.

SAMA-SAMA NATING IPAGPATULOY ANG KUWENTO
Angelo V. Suarez

Hindi na kailangan pang purihin si Ronaldo Vivo, Jr. para sa Ang Bangin sa Ilalim ng Ating mga Paa. Kung nais magagap ang saklaw ng kanyang husay magkuwento—mula sa umaatikabong pacing at makatotohanang dialogue, hanggang sa malapot na paglalarawan ng lugar at sa maagap na paglalatag ng karakterisasyon—higit na epektibong basahin ang mismong akda kaysa ang pasakalye ng iba tungkol dito.

Ngunit may ginagawa ang awtor sa aklat na ito na sinimulan niyang gawin sa naunang nobela, Ang Kapangyarihang Higit sa Ating Lahat, na nararapat balingan ng kritikal na atensyon: ang pagnonormalisa ng poot sa pulis. Ibayong pagkahalimaw ang ipinamamalas ng kapulisan sa Bangin. Halos kasinghalimaw ng mga parak na gawa-gawa ni Vivo ang mga parak sa totoong buhay sa labas ng mga pahinang ito.

Sa pagiging sagad-sagaring tiwali ng mga pulis sa Bangin, nasasaklaw nito ang reyalidad na ang pulisya ay institusyon ng katiwalian. Kumbaga, hindi na kailangan pang umabuso ng kapangyarihan ang pulis; ang mismong kapulisan—ang presensya nito, ang totalidad nito, ang pagkapulis nito—ay isa nang abuso ng kapangyarihan. Binuo ito bilang kalabisan. Binuo ito para manupil. Binuo ito para ipaalala sa taumbayan na hindi taumbayan ang nasa poder.

Hindi lamang sa pangingidnap, panggagahasa, at pagtutulak ng droga sangkot ang mga pulis ni Vivo. Higit pa sa saad ng aklat ang kanilang krimen. Sila rin ang mga pulis na dumaluhong sa agrarian reform beneficiaries ng Tinang at mga tagasuporta nito ilang araw bago inaugurasyon ni Marcos, Jr. bilang pekeng pangulo. Sila rin ang mga pulis na rumaket bilang death squad sa drug war ni Duterte. Sila rin ang mga pulis ni Macapagal-Arroyo na nangmasaker sa mga welgista ng Hacienda Luisita. Sila rin ang mga pulis na rumatrat sa mga raliyista sa Mendiola pagkatapak ni Cory Aquino sa Malacañang. Sila rin ang mga pulis ng diktadurang Marcos na kumitil ng 14 na buhay sa tubuhan ng Escalante. Sa sandaling maging pulis ang pulis, nasa kanya nang mga kamay ang dugo ng libong martir ng kasaysayan.

Samakatwid, ang katiwalian ng pulis ay pagiging pulis. Ang pagbuwag sa mga piket at protesta ay pagiging pulis. Ang paggiba sa tirahan ng maralita ay pagiging pulis. Ang pag-aresto sa mga magsasaka sa gitna ng alitan sa lupa ay pagiging pulis. Ang pagtatanim ng baril at granada sa bahay ng aktibista ay pagiging pulis. Ang pagbaklas sa unyon ng manggagawa ay pagiging pulis. Ang pangre-redtag sa sinumang bumatikos sa pamahalaan ay pagiging pulis. Ang pagdakip at pagpaslang sa mga lider-manggagawa at lider-magsasaka ay pagiging pulis.

Ngunit hindi pulisya ang bangin sa ilalim ng ating mga paa. Tanod lamang sila ng estado—tau-tauhang may perpetwal na checkpoint sa gilid ng bangin para panatilihin itong nakanganga. Sila ang tagapagpatupad ng lohika ng naghaharing uri. Ang bangin ay bangin sa pagitan ng umaabuso at inaabuso, ang lumalapad na guwang sa gitna ng mayaman at mahirap, ang lumalalim na hiwang naghihiwalay ng manggagawa sa burgis, pesante sa panginoon, bayan sa imperyalista. Hangga't ang estado ay estado ng nagsasamantala, ang pulisya ay puwersa ng nagsasamantala.

Sa isang banda, ang pagganti sa pulis ay tangkang gumanti sa estado. Kaya naman maaasahan ng mambabasa na magiging marahas ang hakbang ng mga bida. Tangan kasi nila ang buong bigat ng sistemikong karahasan ng pagbigwas sa estado. Hitik din sa simbolismo ang instrumentong kanilang ipinanghataw sa mukha ng kaaway tungo sa dulo ng aklat—pero hindi na marahil dapat pang tukuyin dito. Mapapangunahan lang ng komentaryo ang kuwento.

Sa kabilang banda, salat na ganti sa estado ang ganti lamang sa pulis, at kailanma'y hindi ganap ang ganti sa pulis hangga't hindi ganap ang ganti sa estado. Mahalagang iturol ang galit sa pinaglilingkuran ng kapulisan, at iangat ang pagwaksi sa anti-mamamayang karahasan ng estado patungong pagwaksi sa mismong mga sistemang kumukupit ng kita mula sa manggagawa, nagnanakaw ng lupa sa magsasaka, at yumuyurak sa soberanya ng bansang anakpawis ang mayorya.

Ang punto lang naman nitong munting pasakalye ay, sa Ang Bangin sa Ilalim ng Ating mga Paa, isinatitik ni Vivo ang dakilang pagnanasa ng api na gumanti. Na lumaban pabalik. Na bawiin ang kapangyarihang hindi naman talaga higit sa atin. Nag-aambag ito sa kolektibong pagtataguyod sa isang anti-pasistang kultura kung saan normalisado ang poot sa pulisya. Sa panahon ng umiigting na pasismo, kagyat na tungkulin ng alagad ng sining na bigyang wangis ang gayong pagnanasa sa iba't ibang anyo—kabilang ang isang nobelang may umaatikabong pacing, makatotohanang dialogue, malapot na paglalarawan ng lugar, maagap na paglalatag ng karakterisasyon. Bilang artista, tumugon si Vivo sa hamon ng panahon.

At nagpapatuloy ang kaniyang kuwento lagpas sa huling pahina. Naglingkod na ito sa bayan sa pamamagitan ng pagpukaw sa damdamin ng mambabasa. Bumubulwak palabas ng pabalat ang susunod na kabanata—ang kabanata ng pag-oorganisa, ang kabanata ng pagkilos. Ngunit hindi maaaring ipaubaya sa iisang awtor ang pagkatha nito. Sama-sama nating aakdain ang bukas. Marahas ang estado, at hindi natin ito mabubuwag mag-isa. Kailangang bawiin ang poder nang sama-sama, lumahok sa kilusang masa, at tumindig sa hanay na magpapabagsak sa imperyalismo, pyudalismo, at burukrata kapitalismong minamantini ng kapulisan.

PASASALAMAT

Hindi siguro ako tatagal ng higit isang dekada sa pagsusulat kung hindi ako sinamahan ng mga taong unang naniwala na kahit papa'no, may saysay ang pagkukuwento ko. Sa tagal kong nagsusulat, hindi pa ako nakaranas ng pormal na writing workshop. Kaya naman, sa tuwing may matatapos akong kuwento, ang unang una kong inaabala ay mga kaibigan at kapatid. Sila ang mga panelista ko. Kung sabihin nilang olats ang gawa, ay olats. Kung sabihing panalo, ay lumalakas ang loob kong ipabasa ang gawa sa iba.

Maraming salamat sa mga tropang hindi nagsasawang makinig at bumasa ng mga kuwento ko. Mga kasamang silbing inspirasyon ko sa pagsusulat mula noon hanggang ngayon. Malakas ang loob ko dahil sa inyo. Ronnel Vivo, Angelo Arispe, Erwin Dayrit, Danell Arquero, Earl Kristian Palma, Christian at Michelle De Jesus, Jason Cruz, Raffie at Karol Lacuesta, Leslie at Iane Cotas, Benjamyn at Joan Tanyag, Robertson Darang at Sheryl Roldan, Lee Anjelo at Glady Gutierrez, Praisel Arlo Cruz, Liora Kennevee Santillan, Patrick John Vivo, Jinky Catalan, Regie Capco, Jaren Nabaonag, Kai Osorio.

Kay Ma'am Nida Ramirez para sa pagkakataong ito. Nang makuha ko ang 'oo' ng Avenida, sabi ko sa sarili'y kailangan sigurong mas sipagan ko na magsulat ngayon. Mas naging tiyak ang ikatlong Dreamland. Kay Amang Jun Cruz Reyes, sa tiwala at biyayang dagdag na lakas ng loob. Kay Marlon Tobias, Angelo Suarez, RM Topacio, Andrian Legaspi, Marren Adan, Norman Wilwayco, Ryan Fuentes, Karl De Mesa, Billy Ibarra; mga taong bahagi mula una hanggang ikalawang edisyon ng nobelang ito.

Kina Dean Ederson Tapia, sa aking mga propesor—Orendain, Bautista, Pimentel, Adamos, Calina.

Mga kapanalig sa paglikha, Jay Jumawan, Markus Bulandus, Joy at Karis Legason, Jon Beaquin, Adam Carlo Along, Erik Tuban, Bobby Legaspi, Rallye Ibanez, Gani Simpliciano, Arturo "Fletch" Del Prado.

Kina Maria Rosela Ricamara, Micah Gaylican, Sarah Jane Bataller, Imee Jean Sanchez, Guadalyne Suarez, Julie Rebucas, Joey Bucayu, Liesian Tamunday, Erick Neri, Kevin Guinto, Apple Bacusa, Arny Realosa, Gem Amboy, Jaime Tallada, Roel Barbosa, Pamela Orlanda, Julie Cruz, Chek at Cromz Alcantara, Jefferson Lago, Fatima Decena, Jelly Rose Aragon, Patrick Reyes, Rowena Zaballa, Ann Escalante, Lisa Macatangay, Evalyn Evangelista, Nona Miranda, Annie Salazar, Jamie Roque, Boyet at Elsa Tan, Darcy Aniasco, Ivan Ala, Jayden Manumbale, Jesus Israel, Murkz De Vera, Vincent Parafina, Alex at Cecil Alfonso, Len Antido, Limuel Maquilan, Jennifer Macas-Napao, Boss Merlina Panganiban, Master June Bawisan.

Sa Famador family; Judith, Panfilo, Ron, Ambai, Claire, Edward, Era, Alab, Francis.

Sa Soledad at Vivo family, mga pinsan, tiyuhin, tiyahin kong ang sasarap magkuwento ng kani-kan'yang karanasan. Sa maraming pagkakataon, sa kanila ko inaarbor ang mga isinusulat kong kuwento.

Kina Tita Cristy Neuman, Tita Soledad Murray, Ronaldo at Lagrimas Vivo, Ronilyn at James De Guzman. Sa ganitong paraan man lang, makabawi ako sa inyo.

At sa lahat ng mambabasang walang-sawang sumusuporta sa ganitong uri ng literatura. Sana isang araw ay makatambayan ko kayong lahat.

Si Ronaldo Vivo, Jr. ay nagtapos ng kursong A.B. Political Science Major in Local Government Administration sa University of Makati. Kasalukuyan siyang kumukuha ng Master's in Public Administration sa parehong unibersidad.

Ang kaniyang unang nobela na "Ang Kapangyarihang Higit sa Ating Lahat" ay finalist sa 20th and 21st Madrigal-Gonzales First Book Award habang nominado naman sa 2022 Filipino Reader's Choice Awards ang kaniyang ikalawang nobela na "Ang Bangin sa Ilalim ng Ating mga Paa". Nagwagi ng ikatlong karangalan ang kaniyang maikling kuwentong pinamagatang "Tuwing Naglalaho ang Ating mga Anino" sa Gawad Bienvenido Lumbera 2022. Siya ang tagapagtatag ng grupong *UngazPress*—kolektibo ng mga kuwentista mula sa Bayan ng Pateros.

Bukod sa pagiging nobelista, isa rin siyang award-winning filmmaker na nakapagpalabas ng mga maikling pelikula sa loob at labas ng bansa. Isa ring musikero na nagpapatakbo ng independent record label na Sound Carpentry Recordings na naglalabas ng musika sa pisikal na format tulad ng cassette, cd at vinyl.